கைவிடப்படும் காவல் தெய்வங்கள்

கைவிடப்படும் காவல் தெய்வங்கள்

B.R. மகாதேவன்

ராஜபாளையத்தில் பிறந்து, சுசீந்திரம் ஆஸ்ரமத்தில் வளர்ந்து சென்னையில் வசித்துவருகிறார். கிழக்கு பதிப்பகத்தில் மொழிபெயர்ப்புத் துறையின் எடிட்டராகப் பணிபுரிகிறார். கவிதை, நாவல், சிறுகதை, கட்டுரை, நாடகம், மொழிபெயர்ப்பு, திரை விமர்சனம் எனப் பல வகைமைகளில் தொடர்ந்து எழுதிவருகிறார்.

B.R. மகாதேவன்

கைவிடப்படும் காவல் தெய்வங்கள்

காலச்சுவடு பதிப்பகம்

அன்பார்ந்த வாசகருக்கு,

வணக்கம்.

காலச்சுவடு நூலை வாங்கியமைக்கு நன்றி.

நூலின் உள்ளடக்கம், உருவாக்கம், அட்டைப்படம் இன்ன பிற அம்சங்கள் பற்றிய உங்கள் கருத்துகளையும் ஆலோசனைகளையும் காலச்சுவடு வரவேற்கிறது. தகவல், எழுத்து, வாக்கியப் பிழைகள் தென்பட்டால் அவசியம் தெரிவித்து உதவுங்கள். நூல் தயாரிப்பில் கடும் குறைபாடு இருப்பின் மாற்றுப் பிரதி உங்களுக்குக் கிடைக்கக் காலச்சுவடு ஏற்பாடு செய்யும்.

மின்னஞ்சல்: **publisher@kalachuvadu.com**

காலச்சுவடு நாகர்கோவில் அலுவலகத்திற்குக் கடிதம் அனுப்பலாம்.

தங்கள்
எஸ்.ஆர். சுந்தரம் (கண்ணன்)
பதிப்பாளர் — நிர்வாக இயக்குநர்

கைவிடப்படும் காவல் தெய்வங்கள் ♦ கவிதைகள் ♦ ஆசிரியர்: B.R. மகாதேவன் ♦ © B.R. மகாதேவன் ♦ முதல் பதிப்பு: நவம்பர் 2024 ♦ வெளியீடு: காலச்சுவடு பப்ளிகேஷன்ஸ் (பி) லிட்., 669, கே.பி. சாலை, நாகர்கோவில் 629001

காலச்சுவடு பதிப்பக வெளியீடு: 1283

kaiviTappaTum kaaval teyvankaL ♦ Poems ♦ Author: B.R. Mahadevan ♦ © B.R. Mahadevan ♦ Language: Tamil ♦ First Edition: November 2024 ♦ Size: Demy 1x 8 ♦ Paper: 18.6 kg maplitho ♦ Pages: 272

Published by Kalachuvadu Publications Pvt. Ltd., 669, K.P. Road, Nagercoil 629001, India ♦ Phone: 91-4652-278525 ♦ e-mail: publications @kalachuvadu.com ♦ Printed at Adyar Students xerox Pvt. Ltd., No. 275 Habibullah Road, Triplicane high Road, Opp Triplicane Post Office, Triplicane, Chennai 600005

ISBN: 978-93-6110-678-1

11/2024/S.No. 1283, kcp 5141, 18.6 (1) rss

ஆசான்
பசுவய்யாவுக்கு

பொருளடக்கம்

அணிந்துரை	13
1. ரயிலும் ரயில் சார்ந்த நிலமும்	17
2. ஆம் நண்பர்களே... அதுதான் நடந்தது	19
3. மண்ணுக்குள் ஓடும் நதி	20
4. இருள் வானில் பறக்கும் பசுவும் கன்றும்	21
5. கண்ணாடித்தொட்டி மீன்	23
6. எதிர்பாரத மலர்	24
7. என்றென்றைக்குமாக மூடப்பட்ட பொன்மணிக் கதவு	26
8. துயருறு ஆன்மாவின் ஒரு மோட்சத் தருணம்	29
9. விதைபொதிந்த எச்சங்கள்	31
10. குட்டி முதலாளி	32
11. கை முளைத்த திமிர்	33
12. நெடுஞ்சாலை மெக்கானிக்	34
13. பறக்கும் மலை	35
14. அம்மா நாய் குட்டி நாய்	36
15. மறைவில் கேட்கும் குயிலோசை	38
16. கல்யாண வீடியோ கேசட்	41
17. எல்லாம் வல்ல பொம்மைராஜா	42
18. கடவுள் இல்லாத உலகம்	45

19. கடவுள் எனும் பெருங்கலைஞன்	46
20. அவன் நிச்சயம் அவதரிக்க வேண்டும்	50
21. சாதுவாக ஊடுருவும் கடல்	53
22. பெருங்கோபக்காரி	55
23. தேவையான விஷம்	58
24. வழிகாட்டும் மாயக்குரல்	60
25. நாக வழிபாடு	63
26. போராளிப் பெண்ணும் சிவப்பு ரோஜாவும்	64
27. ஸ்ரீ கிருஷ்ண ஜெயந்தி	66
28. தோல்விப் பொன் கோப்பை	69
29. குட்டி அணில்களும் கடுவன் பூனையும்	74
30. மாட்டுக் கண்காட்சியில் புத்தகப் பொங்கல்	77
31. எங்கே போனது நம் அக்ரஹாரம்?	81
32. கோதண்டத்தின் அடியில் சிக்கிய தேரை	85
33. மீட்பரின் புதிய இசை	88
34. ஒரு வேதனைக் காவியத்தின் சில சந்தோஷ வரிகள்	90
35. தூரத்து நட்சத்திரங்களும் அருகமை சூரியனும்	94
36. ஹை ரெசொல்யூஷன் கேமரா காட்சி	95
37. இருள் வானில் அலையும் க்ருஷ்ண பருந்து	99
38. மூழ்கிய கப்பலும் மின்னும் வைரமும்	102
39. வள்ளலார் இறைச்சிக்கூடம்	106
40. நேர்ந்துவிடும் வெள்ளாட்டுக்குட்டிகள்	109
41. தக்கன வாழும்	111
42. வள்ளுவர் மட்டன் ஸ்டால்	113
43. நாத்திகப் பிச்சைக்காரன்	115
44. பூத்துக் குலுங்கும் நிராசைகள்	116
45. வாக்களிக்கப்பட்ட பலிபீடம்	119
46. அனைவராலும் கைவிடப்பட்டவன்	123

47.	நடுங்கும் பொன்மஞ்சள் சுடர்	126
48.	நினைவில் காடில்லாத மிருகம்	128
49.	கோ மாதா	131
50.	ஒரு கோப்பைத் தேநீரும் தேயிலைக் காவியமும்	134
51.	பாதாளத்தில் விழுந்து கிடப்பவன்மீது	136
52.	நரகமாகும் வாழ்வு	139
53.	பாலையில் விரியும் மயில் தோகை	140
54.	நாகம் உமிழ்ந்த மாணிக்கக் கல்லில் ஒளிரும் இருள் புற்று	142
55.	சனாதன சூரியன்	145
56.	தாய்மை	149
57.	கைவிடப்படும் காவல் தெய்வங்கள்	154
58.	துரோகத்தின் சம்பளம்	157
59.	தொலைதூர நேசங்கள்	161
60.	வேகமாகத் தரையிறங்கும் கழுகு	163
61.	வேதாள பூமி	166
62.	கண்ணுக்குத் தெரியாத காயங்கள்	169
63.	நடுநிலை நியாயவான்களே	174
64.	இருள் வானில் மினுங்கும் மூதாதைக் கண்கள்	177
65.	இடமும் வலமும் அலைவுறும் சிறு சுடர்	180
66.	அழிவின் விளிம்பில் இருக்கும் அகிலம்	183
67.	களவுபோகும் புரவிகள்	186
68.	வல்லவன் வகுப்பதே வாய்க்கால்	189
69.	பகைவனுக்கும் அருள்வாய்	192
70.	யானைகளின் வழித்தடங்கள்	196
71.	உடலால் மிருகம்; மனதால் அடிமை	198
72.	மணல்வீச்சில் அழியும் திருமேனிகள்	202
73.	வற்றாத தாய்ப்பால்	207

74.	காலடியில் மலரும் தாமரை	211
75.	மீட்சியின் சைரன் ஒலி	214
76.	வை ராஜா வை	219
77.	சிதிலமடைந்த வீட்டில் சிறு நடனம்	222
78.	நடுவீதியில் நடனமாடிய கடவுள்	224
79.	மின்னல் தோரணங்கள்	226
80.	கலைடாஸ்கோப் சித்திரங்கள்	229
81.	கடவுள் பிறந்த தருணம்	231
82.	நம்பிக்கையின் ஸ்வர்ண மஹால்	233
83.	அதி மதுர ஆலகாலம்	240
84.	பெருமழைக்காலம்	243
85.	முடிவற்றுப் பெய்யும் மா மழை	245
86.	எல்லையற்று அரும்பும் மலர்ச் செடியில்...	248
87.	ரக்ஷா பந்தன்	254
88.	தந்தத்தால் செய்யப்பட்ட அங்குசம்	258
89.	பயணிகளின் அன்பான கவனத்துக்கு...	263
90.	குட்டை மீன்களும் நிலவும்	266
91.	ததாஸ்து	268
92.	தானாக ஆடத் தொடங்கிய ஊஞ்சல்	270

அணிந்துரை

கடவுள் ஒரு பெருங்கலைஞன்

'மனிதனின் முழுச் சட்டகத்தில், மனசாட்சி என்பதைப் போல விளங்கிக்கொள்ள முடியாத புதிர் வேறு ஒன்றுமில்லை,' என்று ஸ்காட்லாந்துக் கவிஞர் ராபர்ட் பர்ன்ஸ் *(Robert Burns)*. ஒருவருக்கு இருக்கும் மனசாட்சி, மற்றொருவருக்கு இருப்பதில்லைதானே... ஒருவருக்குச் சரியெனப் படுவது, மற்றொருவருக்குச் சரியல்ல எனப்படுவதும் இயல்புதானே?

மனசாட்சிக்கு மட்டுமல்ல... எது ஒன்றையும் கேள்விக்குட்படுத்தி, நம்மை அது குறித்து யோசிக்க, விவாதிக்கவைக்கும் ஆற்றல் கவிதைகளுக்கும் கவிஞர்களுக்கும் உண்டு. அந்த வரிசையில் *B.R.* மகாதேவனையும் சேர்த்துக்கொள்ளலாம்.

இத்தொகுப்பிலிருப்பவை எளிதில் கடந்து போய்விட முடியாத கவிதைகள். 'ரயிலும் ரயில் சார்ந்த நிலமும்' என்ற தலைப்பில், எளிய சொற்களில் காட்சிகளாக விரிகிறது முதல் கவிதை. நாம் அத்தனை பேரும் அடிக்கடி பார்த்த, நமக்கு நன்கு அறிமுகமான காட்சிப் பதிவுகளைக் மகாதேவன் விவரிக்கும் பாங்கில் அவை மனதில் அழுத்தமாக நின்றுவிடுகின்றன.

இருக்கைகள் இருந்தும்
படியோரமாக அமர்ந்து செல்லும் நரிக்குறவர்கள்
கழுத்தை நெரிக்கும் நெரிசலிலும்
ஒரு கையால் கம்பியைப் படித்தபடி
சஷ்டிக் கவசம் படிக்கும் சம்சாரி

ஆளற்ற பெட்டியில்
'ஒளிமயமான எதிர்காலம் என் உள்ளத்தில் தெரிகிறது'

பாடியபடி கையேந்திச் செல்லும் பார்வையற்றவர்
இரந்து பெற்ற உணவை
மனநிலை குன்றிய சிறுவனுடன் பகிர்ந்துகொள்ளும்
பிளாட்ஃபார மூதாட்டி

என்று மேலும் சில அழகிய காட்சிகளைச் சித்திரிக்கிறார். இறுதியாக,

புறப்படும் இடமும் சேரும் இடமும் ஒன்றுதான்
என்றாலும்
எல்லோருடைய ரயிலும் ஒன்றல்ல

என்று கவிதையை முடிக்கும்போது நம் சிந்தனையைத் தூண்டும் தளத்துக்குக் கவிதையை நகர்த்திவிடுகிறார்.

மேற்கோள் காட்டுவதற்குப் பொருள் பொதிந்த கவிதை வரிகள் இந்தத் தொகுப்பில் பக்கத்துக்குப் பக்கம் நிரம்பியிருக்கின்றன. அனைத்தையும் பகிர்வது கவிஞருக்கு நியாயம் செய்வதாகாது. மகாதேவனின் கவிமனம் குறித்துப் பகிர்வதற்காகச் சிலவற்றை மட்டும் குறிப்பிகிறேன். 'தோழி' குறித்த கவிதையில் இப்படிக் குறிப்பிடுகிறார்:

ஓணான்களைக் கொல்லக் கல்தேடி அலைந்த எனக்கு
உமி நிரம்பிய மண் பானையில்
வண்ணத்துப்பூச்சிகள் வளர்க்கக்
கற்றுத் தந்தது நீதானே...

மற்றொரு கவிதையில்,

விம்மித் ததும்புகிறது
உன்னால்
கைவிடப்பட்ட இந்தப் பெருங்கடல்...

என்கிறார்.

அழகுணர்ச்சியின் வெளிப்பாட்டோடு வரும் இதுபோன்ற வரிகள் இந்தத் தொகுப்பின் சிறப்பு. அதேபோலப் போகிற போக்கில் சாதாரணமாக வந்து விழுகிற கவிதை வரிகள் நம்மைத் துணுக்குறவும் செய்கின்றன.

வாழ்க்கையில் செட்டிலான சந்தோஷத்துடன்
வாலாட்டியபடியே போய்க்கொண்டிருந்தன
மார்க்கெட் பக்கத்து ஆவினங்கள்...

என்பதைப் படிக்கும்போது சென்னையில் அனாதைகள் போலத் திரியும் பசுமாடுகளின் நிலை கண்ணில் தோன்றி சொல்லொணாத் துயரம் மனத்தில் ததும்பிவிடுகிறது.

சில கவிதைகள் தேர்ந்த சிறுகதைபோல, மனத்தில் ஆழ்ந்த வலியை ஏற்படுத்துகின்றன. ‘ஜவுளிக்கடை தொழிலாளி’, ‘நெடுஞ்சாலை மெக்கானிக்’, ‘என் கடவுள் ஒரு பெருங்கலைஞன்’ எனத் தொடங்கும் கவிதை ஆகியவற்றை இதற்கு உதாரணமாகச் சொல்லலாம்.

எந்த வன்கோடைக்கும் வற்றாது
அவனது படித்துறைகள்
எந்த மழையிலும் மூழ்காது
அவனது வெள்ளாவிப் பானைகள்

போன்ற வரிகள் நம்மை ஈர்த்துவிடுகின்றன.

பிராய்லர் கோழி குறித்த பதிவில்,

சேவல் சுகமும் மறுக்கப்பட்டவை அவை

என்ற வரி நம்மைத் திடுக்கிடவைக்கிறது.

மகாதேவனின் கவிதைகள் அழகியலை மட்டுமல்ல, அரசியலையும் பேசுபவை. ஐயப்பன் கோயில் குறித்த கவிதையில் தான் எந்தப் பக்கம் என்பதை அழுத்தமாக நிறுவி விடுகிறார். அதேபோல ‘போராளிப் பெண்ணின் கையில் இருக்கும் சிவந்த நிற ரோஜாப்பூ’ என்கிற கவிதையிலும் தான் சார்ந்த அரசியலைப் பேசுகிறார். அவரின் கவிதைகள் அவர் மனதிலிருந்து எழுந்தவை. அவை குறித்து யாரும் விவாதிக்கலாம்.

இந்த நூலில் இருக்கும் கவிதைகள் அனைத்தும் வாசகருக்குப் புதியதோர் அனுபவத்தை, புதிய தரிசனத்தைத் தரும் என்பதில் சந்தேகமில்லை. மனம் நிறைந்த வாழ்த்துகள்.

அன்புடன்
திலகவதி

1. ரயிலும் ரயில் சார்ந்த நிலமும்

இருக்கைகள் இருந்தும்
படியோரமாக அமர்ந்து செல்லும் நரிக்குறவர்கள்

கழுத்தை நெரிக்கும் நெரிசலிலும்
ஒரு கையால் கம்பியைப் பிடித்தபடி
சஷ்டிக் கவசம் படிக்கும் சம்சாரி

பெட்டி எண் பலகைகளுக்குக் கீழே
லக்கேஜ்களுக்கான இலவச டிராலியை
வெறித்துப் பார்த்தபடி நின்றுகொண்டிருக்கும்
சிவப்புத் தலைப்பாகைத் தோழர்கள்

ஆளற்ற பெட்டியில்
'ஒளிமயமான எதிர்காலம் என் உள்ளத்தில் தெரிகிறது'
பாடியபடி கையேந்திச்செல்லும் பார்வையற்றவர்

உணவு தேடிவிட்டு வருவதற்குள்
புறப்பட்டுவிட்ட கூட்ஸ் வண்டியின் ஜன்னல் வழி
எட்டிப் பார்த்துத் தவிக்கும்
பால்குடி மாறாத குட்டிகளைப் பார்த்தபடி
பதறியபடியே பின்னால் ஓடி செல்லும் அம்மா நாய்

அபாய ஒலி எழுப்பவரும் ரயிலின் வழித்தடம் புரியாமல்
தண்டவாளங்களுக்கு நடுவில்
துள்ளிக் குதித்து ஓடிய கன்றுக்குட்டி

பல வருடங்களுக்கு முந்தைய படியோரப் பயணத்தில்
கூவம் ஆற்றுக்குள் கை தவறி விழுந்த பச்சிளம் குழந்தையை
குச்சியால் கிளறித் தேடிக் கொண்டிருக்கும்
சித்தம் கலங்கிய தாய்

கைவிடப்படும் காவல் தெய்வங்கள்

லெவல் கிராஸிங் தடுப்புக் கம்பிக்குக் கீழாகக்
குனிந்து சிரமப்பட்டுக் கடப்பவர்களைப் பார்த்து
அலட்சியப் புன்னகையுடன்
தலை நிமிர்ந்து கடக்கும் குட்டிப் பையன்

இரந்து பெற்ற உணவை
மனநிலை குன்றிய சிறுவனுடன் பகிர்ந்துகொள்ளும்
பிளாட்ஃபார மூதாட்டி

பிறக்கப்போகும் குட்டிப் பாப்பாவுக்கு
ஸ்வெட்டர் பின்னிக்கொண்டு வரும்
முதல் வகுப்பு ஆன்ட்டி

பள்ளிச் சீருடையுடன்
பூ விற்கச் செல்லும் மகளைத்
திரும்பித் திரும்பிப் பார்த்தபடி
தன் கூடையுடன்
அடுத்த கேரேஜுக்குச் செல்லும் பூக்காரம்மா

புறப்படும் இடமும் சேரும் இடமும் ஒன்றுதான்
என்றாலும்
எல்லோருடைய ரயிலும் ஒன்றல்ல

*

2. ஆம் நண்பர்களே... அதுதான் நடந்தது

உடல் தேடி அலையும் ஆன்மா போல்
கடல்வெளியெங்கும் அலைந்து திரிந்த கடலாமை
அம்மணல்வெளியைக் கண்டடைந்திருந்தது
அப்பருவத்து முட்டைகளை இடுவதற்கு

மனிதக் கால்தடம் பதிந்திரா
கரையோர மணல்வெளியில்
மெல்ல மெல்ல ஊர்ந்தது
நிலவொளி படரா இருள்நிலம் நோக்கி

மணல்வெளிச் சலனம் கண்டு
தலை உயர்த்திப் பார்த்துப் பாய்ந்தது
பாறையொன்றின் பின் பதுங்கியிருந்த
கறுப்பு வெள்ளை நாய்

பாய்ந்து நெருங்கிய மரணத்தைக் கண்டு
பயந்து சுதாரித்து கடல் மீள்வதற்குள்
வழியை மறித்தபடி வந்து நின்றது
கோரைப் பற்களுடன் கூர்நகங்களும்

ஓட்டுக்குள் ஒடுங்கிக்கொண்டது ஆமை

தலை தெரியும் தருணத்துக்காக
வேட்டை வெறியுடன் காத்து நின்றது
முன்னங்கால்களால்
ஓட்டைப் புரட்டிக்கொண்டிருந்த நாய்

குளிர்ந்த காற்று வீசிக்கொண்டிருந்தது

நிலவு மெல்ல வானில் ஊர்ந்துகொண்டிருந்தது

இறுதியில்
வேகமாய் வந்த அலை ஒன்று
நாயைக் குப்புறத் தள்ளி
ஆமையை வாரி இழுத்துக்கொண்டது
தாய் மடிக்குள்

ஆம் நண்பர்களே...
அதுதான் நடந்தது

*

3. மண்ணுக்குள் ஓடும் நதி

முழுச் சுற்றுமே குதூகலம்தான்
எனினும்
குடைராட்டின அன்னத்தில் அமர்ந்திருக்கும் சிறுமி
பீறிட்டுச் சிரிக்கிறாள்
தரையில் நிற்கும் அம்மாவைக் கடக்கையில்

அட்டைக் கைகளைச் சவுரி மறைக்க
உடலெங்கும் பெயிண்ட் பூசி
அலகுக் குத்தித் தட்டேந்தி நிற்கும்
கலியுகக் கடவுளின் முன்
திருநீறு வேண்டிப் பணிந்து நிற்கிறாள்
சத்துணவுக்கூடத்து ஆயா

ஜன்னலோர சீட் எனக்கென்று
ரெக்கார்ட் டேன்ஸ் பவுடர் கன்னி
துள்ளிக் குதித்து ஏறுகிறாள்
போலீஸ் வேனுக்குள்

அம்மன் பல்லக்குத் தெருவைக் கடக்கையில்
கல்லாவிலிருந்து எழுந்து தொழுகிறார்
சிலோன் ஃபேன்ஸி ஸ்டோர் கரீம் பாய்

ஓம் டாலர்கள், கீச்செயின்கள் விற்கும்
நரிக்குறவரின் இடுப்பில்
தொங்குகிறது எவர்சில்வர் டம்ப்ளர்
கம்ப்யூட்டர் முறையில் பச்சை குத்திக்கொள்ள நாலு ரூபாய்
ரோபோ ஜோசியமோ இரண்டே ரூபாய்

மணல் பாலையாய் மாறிக்கொண்டிருக்கிறது
ஒரு காலத்திய மருத நிலம்
எனினும்
தோண்டியதும் கிடைத்துவிடும் ஆழத்தில்
இன்னமும் ஓடிக்கொண்டிருக்கிறது
குலதெய்வத்துக்குப் பொங்கச் சோறாக்கப் போதுமான நதி

*

B.R. மகாதேவன்

4. இருள் வானில் பறக்கும் பசுவும் கன்றும்

பெட்ரோமாக்ஸ் விளக்கொளியில்
கவரிங் நகைகள் மின்ன
கையில் குழலுடனும்
தலையில் பீலியுடனும்
கண்ணனாகியிருந்தேன் நான்

நம் குலத்துப் பெண்களெல்லாம்
கோபிகைகளாகியிருக்க
ராதையாகியிருந்தாய் நீ

நம் கையில் ஒரு களிமண் பசுவும்
வெள்ளைக் கன்னுக்குட்டியும் தரப்பட்டிருந்தன

ஊர்வல முடிவில் உயிர்பெற்றெழும் அவை என
யாரோ சொல்லியிருந்தார்கள்

நாம் அதையும் நம்பியிருந்தோம்

ரிக்ஷாக்காரராகவே இருந்த ரிக்ஷாக்காரர்
ஓட்டிச் சென்றார் ரதமாகியிருந்த ரிக்ஷா ஒன்றை

கன்றின் வால் அசைந்ததென நானும்
பசுவின் காது அசைந்ததென நீயும்
நம்பிக்கையூட்டிக்கொண்டோம் ஒருவருக்கொருவர்
இறுதியில் ஊர்வலம் சென்றடைந்தது
தூரெடுக்கப்படாத குளம் ஒன்றை

கனவிலிருந்து எழுப்பப்பட்ட பறவைகள்
பெட்ரோமாக்ஸ் விளக்கொளியை
நடுங்கியபடி பார்த்துக்கொண்டிருந்தன
மரக்கிளைகளின் பின்னிருந்தபடி

படிகளில் அசைந்துகொண்டிருந்தன
திருவிழாக் கூட்டத்தின் ராட்சஸ நிழல்கள்

நாம் ஓர் அதிசயத்துக்காகக் காத்திருந்தோம்

இறுதிப் பிரார்த்தனைக்காக
நம்மிடமிருந்து பெறப்பட்டன
கன்றும் அதன் அம்மாவும்

அர்ச்சனை ஆரத்திகள் முடிந்தபின்
மும்முறை சுற்றப்பட்டு
வீசி எறியப்பட்டன
நட்சத்திர வானம் நோக்கி

புல்லாங்குழலை இறுகப்பற்றியபடி
பாய முயன்ற என்னை
யாரோ இறுக்கிப் பிடிக்க
கவரிங் நகைகள் குத்தி
கசியத் தொடங்கியது நிஜ ரத்தம்
மெல்ல மெல்ல அசைந்து
இருண்ட குளத்தினுள் மூழ்கின
மலர் மாலைகள்

மயங்கிச் சரிந்த நான்
இறுதியில் பார்த்த முகம் உனதாயிருந்தது
சாய்ந்த தோள் உனதாயிருந்தது.

நீ கை நீட்டிக் காட்டிய இருள் வானில்
நீ சொன்னதுபோலவே
சிறகு முளைத்துப் பறந்துகொண்டிருந்தன
ஒரு வெள்ளைக் கன்றும்
அதன் தாய்ப் பசுவும்.

✱

5. கண்ணாடித்தொட்டி மீன்

மழைக்காலத்து நீர்த்தேக்கம் போல்
மெல்ல மெல்லக் கூடிக்கொண்டிருக்கிறது
நாளுக்கு நாள் உன் அழகு

இதமாகக்
கட்டி அணைத்துக்கொள்ள வேண்டும் போலிருக்கிறது
உன்னைப் பார்க்கும்போதெல்லாம்

வளைய வளைய வரும்
குட்டிப் பூனைகளை
உன் கதகதப்பான மடியிலிட்டுச்
செல்லமாக நீ வருடும்போது சிலிர்க்கிறது என் முதுகு

உணவுக்காக ஏங்கி நிற்கும்
கண்ணாடித் தொட்டி மீனென
உன் பார்வைக்காகக் காத்து நிற்கிறேன்

யோசித்துப் பார்
என்னை நேசித்துக்கொண்டிருப்பதைத் தவிர
வேறென்ன நன்மை செய்துவிடமுடியும் நீ எனக்கு

*

6. எதிர்பாரத மலர்

ஓணான்களைக் கொல்லக் கல்தேடி அலைந்த எனக்கு
உமி நிரம்பிய மண்பானையில்
வண்ணத்துப்பூச்சிகள் வளர்க்கக்
கற்றுத் தந்தது நீ தானே

வானில் இருந்து விழுந்த பனிக்கட்டிகளை
நான் பொறுக்கிக்கொண்டிருக்கையில்
மின் கம்பத்தில் கட்டப்பட்ட கன்றை
பக்கத்து மண்டபத்துக்கு அழைத்துச் சென்றவளும்
நீதானே

பழையாற்று மணல்வெளியில்
மல்லாந்து கிடந்த என் மீது
செவ்வரளி இதழ் பொதிந்த சந்தனத்தை வீசி எழுப்பியவளும்
நீ தானே

கைவிளக்கேந்திய தோழிகள் சூழ
தொலைந்துபோன கால் கொலுசைத்
தேடி நீ வருகையில்
நின் பாதம் தொட்டணிவிக்கும்விதம்
என் கைகளுக்குத் தானே கிடைத்தன.

B.R. மகாதேவன்

காத்திருப்பின் வெறுமையுடன்
தனியறையில் தவமியற்றும்
சிலை ஒன்றைக் குளிர்விக்க
ஊற்றுநீர் கலக்கிச் செல்லும்
ஆட்டுமந்தை அகலும்வரை
காத்துக்கொண்டுதானே இருந்தாய்

மெதுவாக ஓடிய நதியிலும்
வேரூன்ற முடியாத செடியை
தேனில்லா நீலப்பூச்செடி
அதில் வாசமும் இராது என
ஏன் தவறவிட்டாய்

கரையோர முட்சரிவில்
ஓரிடம் தேடி வளரும் அதில்
சூடிக்கொள்ள முடியாத மலர்தான் பூத்திருக்கிறதெனினும்
நின் பாதம்படா அக்கரையோரம்
வந்து பார்த்துத் தெரிந்துகொள்ளேன்
நீ நினைத்த மலரல்ல
மலர்ந்திருக்கிறது அச்செடியில் என்பதையாவது.

*

7. என்றென்றைக்குமாக மூடப்பட்ட பொன்மணிக் கதவு

உன் கொலுசுகளின் பரல் வெளியில்
இப்போது மணல்துகள்கள் அடைந்திருக்கலாம்

நம் ரகசிய ஆற்றைக் கடப்பதற்கென
முட்புதருக்குள் நாம் மறைத்து வைத்திருந்த பரிசல்
இப்போது செல்லரித்துப் போயிருக்கலாம்

நம் மலைக்கோயிலின் மலர் பதியன்கள்
இப்போது நீரின்றி வாடிப் போய்விட்டிருக்கும்

நம் இறுதிச் சந்திப்பு நிகழ்ந்த
மாவும் பலாவும் நிறைந்த தோப்புகூட
உன் மனதில் இருந்து மறைந்துபோயிருக்கலாம்

இருள் இலைகளினூடே விழும் நிலவொளியில்
சரசரத்து ஊர்ந்து செல்லும் நாகங்கள்
உன் நினைவில் இனி வரவே செய்யாதுதான்

ஆனால்
அந்தத் தோட்டக் கிணற்றில்
மிதந்துகொண்டிருந்த நம் நிலவின் ஒளியைத்தானே
பிரதிபலித்துக்கொண்டிருக்கிறது
இன்றைய இருள் வானத்து நிலாக்களும்
அந்தத் தகிக்கும் இரவுகளை
எப்படியடி கடந்து செல்கிறாய்
என் அன்புக்குரிய முதல் காதலியே

O

B.R. மகாதேவன்

பசுந்தழை மேயும் வெள்ளாட்டு மந்தைகளை
தாகத்தின் வேளைகளில்
நான் ஓட்டிச் செல்லும் நீரோடைகள்
உனக்கு மட்டுமேதானே தெரிந்திருந்தன

நிலவொளியில் நீ உன் தகப்பனுடன்
நீர்பாய்ச்சிக் கொண்டிருக்கையில்
மேல் கால்வாயில் மண் இட்டுத் தடுத்து
மறைந்திருந்து இரவு நேரப் பறவை போல் கூவுவேனே
காட்டுச் செடிகளை விலக்கியபடி
கால்வாய் சீர் செய்யப் போகும் உன் தகப்பன் மீளும்வரை
நம் இருளில் நாம் சுகித்திருப்போமே

அதிகாலை நீரள்ள குடம் கவிழ்க்கையில்
நான் எறியும் கல் எழுப்பும் அலைகள்
உன் கண்ணுக்கு மட்டும் தானே தெரிந்துகொண்டிருந்தன

நீ புழக்கடையில் இருந்து ஏந்திக்காட்டும்
தீப்பந்தத்தின் சிறு பொன் ஒளிதானே
என் இருள் தடங்களில் எல்லாம்
வெளிச்சமிட்டுக்கொண்டிருந்தது

நெடுவழிப் பாதையின் சிறு நீர்ச்சுனையென
தாகம் தணித்திருந்தாயே
என்ன ஆனது உனக்கு
நம் வானில் மிதந்து கொண்டிருந்த மேகங்கள்
நின்று பொழியும் தன் முழு மழையை என்று
நான் நினைத்திருக்கையில்
காற்றெதுவும் வீசாமலேயே கலைந்து ஏன் போயின

தூரதேசத்தின் அடர் வனத்தில்
பூத்திருந்த மலரொன்றைக் கொய்ய
நான் சென்றது உன் கூந்தலில் சூடத்தானே

நான் உன்னைப் பிரிந்துவிட்டதாக
எப்படி நம்பினாய் அதை

போகும் வழியெங்கும்
என் சுமைகளுக்கான தாங்கிக் கல்லாக
நம் காதல் நினைவுகள்தானே இருந்தன

காயங்களுக்கான களிம்பாக
நம் கனவுகள்தானே இருந்தன

ஒற்றையடிப் பாதையிலான
நீண்ட நெடும் பயணத்தில்
உன் வார்த்தைகள்தானே உடன் வந்தன

அந்தி வானில் முதல் நட்சத்திரம் முளைக்கும் நொடிகளை உன்னுடன்
சேர்ந்த பார்த்த தருணங்களால் நிரம்பியதுதானே
என் எல்லா மாலைகளும்
இரவுகளில் வீசும் முடிவற்ற குளிர் காற்றில்
நடுங்கும் என் உடலுக்கு வெம்மை தந்தது
நம் நினைவுகள் மூட்டிய ஜ்வாலைகள் தானே

உன்னை நான் மறந்து பிரிந்ததாக
எப்படி நம்பினாய்

புழுதி படிந்த பாதங்களுடன்
கிழிந்து தொங்கிய ஆடைகளுடன்
தளர்ந்துபோன குதிரையுடன்
உன் வாசல் வந்து நின்றபோது
எரியும் கங்குகளை ஏன் வீசி எறிந்தாய்

தீரா தாகத்துடன் வந்திருந்த எனக்கு ஏன்
கொதிக்கும் திராவகத்தைக் குவளையில் கொடுத்தாய்

எனக்கும் உனக்கும் இடையிலான அந்தக் கதவை
அப்படி ஏன் ஓங்கிச் சாத்தினாய்

கழுத்தை நெரிக்கும் பொன் தாலியுடன்
காலை விரலை இறுக்கும் வெள்ளி மெட்டியுடன்
ஏன் திறந்தாய்
என் நரகத்தின் பெருங்கதவை
என்றென்றைக்குமாக ஏன் மூடினாய்
நமக்கான சொர்க்கத்தின் பொன்மணிக் கதவை

*

B.R. மகாதேவன்

8. துயருறு ஆன்மாவின் ஒரு மோட்சத் தருணம்

வெப்ப நீரோட்டம் சூழ்ந்த வேதனைத் தீவில்
தனித்து உலவி வருகிறேன்

கடந்து செல்லும் படகுகளில்
ஒன்றுகூடப் பொருட்படுத்தவில்லை
தளர்ந்த என் கையசைப்புகளை

பாய்மரம் விரித்து
நீ ஏறிச் சென்றதுதான்
முதலும் கடைசியுமாக இருந்த
ஒற்றை மீட்சிப் படகு

காற்றும் நீரும் புகாமல் அடைத்து
முழு வலிமையும் கூட்டி
நானெறியும் போத்தல்களெல்லாம்
ஒதுங்குகின்றன என் கரையோரங்களிலேயே

தீவின் மரங்கள் கொண்டு நான் உருவாக்கும் தெப்பங்கள்
மூழ்கிக் கொண்டிருக்கின்றன

இறுக்கிக் கட்டும் காட்டுக் கொடிகள்
அறுந்துகொண்டிருக்கின்றன

விரிக்கும் பாய்மரத்தை
மோதிக்கிழிக்கிறது குளிர் காற்று
விம்மித் ததும்புகிறது
உன்னால் கைவிடப்பட்ட இந்தப் பெருங்கடல்

பாலை போல் விரிந்து கிடக்கிறது
நீ இல்லாத இந்தத் தீவு

யுகயுகமாய் நீள்கிறது
காலமெனும் அகாலம்

என்றேனும் ஒருநாள்
இந்தப் பக்கம் நீ வரக்கூடுமென
கரையெங்கும் மிதக்கின்றன
காற்றும் நீரும் புகா போத்தல்கள்
என் காதலைப் பொதிந்தபடி

அதில் ஏதேனும் ஒன்றையாவது திறந்து பார்

புதைத்துவைத்த தடம் தெரியும்படியாக
குவித்துவைத்த மண் குவியல்களால் நிரம்பி வழியும்
கடலோர மணல்வெளியில்
எந்தக் குவியலையேனும் தோண்டிப் பார்

இந்தத் தீவின் எஞ்சிய மரங்களில் எல்லாம்
செதுக்கப்பட்டிருக்கும் கண்ணீர் காவியங்களில்
ஒன்றையேனும் ஸ்பரிசித்துப் பார்
மை தீட்டின உன் கண்ணில்
ஒரு ஓரமாக
ஒரே ஒரு சொட்டுக் காதல் துளிர்த்து நிற்குமெனில்
அப்போது இந்தத் தீவின் மரங்களிலிருந்து
வீசும் ஒரு தென்றல் உன்னைத் தழுவிச் செல்லும்
தூரத்துக் கடல் அலை கரையேறி வந்து
உன் கால் கொலுசு நனைக்கும்

இந்தத் தீவு நிறைத்து அலைந்துகொண்டிருக்கும்
துயருறு ஆன்மாவின்
ஒரு மோட்சத் தருணம் அது என்று புரிந்துகொள்

*

9. விதைபொதிந்த எச்சங்கள்

வாழ்க்கையில் செட்டிலான சந்தோஷத்துடன்
வாலாட்டியபடி போய்க்கொண்டிருந்தன
மார்க்கெட் பக்கத்து ஆவினங்கள்

செந்நிற அலகினால்
சிறகுகளைக் கோதிக்கொண்டிருந்தது
கூண்டுக்குள் இருந்த ஜோசியக் கிளி

கைவிடப்பட்ட சர்க்கஸ் குதிரை
திரைப்பட போஸ்டரைத் தின்றுகொண்டிருந்தது

எதிர் வருவோரையெல்லாம் ஆசீர்வதித்தபடி
ஆடி ஆடிப் போய்க்கொண்டிருந்தது
யானை போலிருந்த யானை

கான்க்ரீட் தளங்களும் தார்ச்சாலைகளும்
நிரம்பியதுதான் நகரம் என்றாலும்
சிறகு முளைத்த சில ஜீவன்கள் மட்டும்
இன்னும் பறந்துகொண்டிருக்கின்றன
விதைபொதிந்த எச்சங்களை

*

10. குட்டி முதலாளி

வெளிச்சம் வெப்பமாகத் தொடங்கும் வேளையில்
உடைந்த நடைபாதை வழியே
ஓடி ஓடி வருவாய்
ஷட்டர்களுக்கான திறவுகோல்களுடன்

வாடிக்கையாளர் அற்ற மதிய வேளைகளிலும்
ஷோகேஸ் பொம்மைக்கு அருகில் நின்றபடியே
வெறித்துப் பார்த்திருப்பாய் தகிக்கும் தார்ச்சாலையை

இரவுச் சூடன் ஏற்றி திருஷ்டிக்காய் உடைத்தபின்
மதிய உணவு டிஃபன் பாக்ஸை
கக்கத்தில் இடுக்கியபடி மறைந்துபோவாய்
அருகிலிருக்கும் இருள் தெருவின் வழியாக

வண்ணப் புடவைகளை விரித்துப்போடுவதிலும்
மடிப்புக் கலையாமல் அடுக்குவதிலும்
நிபுணத்துவம் அடைந்துவிட்டிருக்கிறாய்

முதலாளியின் குளிர்சாதன அறையிலிருந்து
புன்னகையுடன் மீளக் கற்றுக் கொண்டிருக்கிறாய்

உனக்குத் தெரியுமா
உன் முதலாளியின் வீட்டில்
இன்னொரு முதலாளி பிறந்திருப்பது

*

B.R. மகாதேவன்

11. கை முளைத்த திமிர்

தத்தமது மூலைகளில் தனித்தனியாக நின்றபடி
தூங்கிக்கொண்டிருக்கின்றன
ஒவ்வொரு இரவிலும்

உமியிட்டு மூடிய முட்டைகள் தேடி
நீண்ட பண்ணை முழுவதும்
அலைகின்றன
பகல்களில்

டிரேக்களில் அடுக்கப்பட்ட முட்டைக் குவியலில்
தன் முட்டை தேடித் தவிக்கின்றன
கம்பிவலை ஜன்னலின் பின்னால் இருந்தபடி

சேவல் சுகமும் மறுக்கப்பட்டவை அவை

நீ நல்லவன்தான்
எண்ணெயில் பொரிக்கும் முன்
கொன்றுவிடுகிறாய் கருணையுடன்

பல்லிடுக்கில் சிக்கும் சிக்கன் துண்டை
ஈர்க்குச்சியால் எடுத்தபடி கேட்கிறாய்
சிறகு முளைத்தும் பறக்கத் தெரியாதவற்றை
வேறு என்னதான் செய்வது என்று

கை முளைத்த திமிர் உனக்கு

இதயமிருந்தும் ஏன் ஈரமில்லையெனக் கேட்டு
உன்னையும் தோலுரித்துத் தின்னும்
ஓர் உயிர் ஜனிக்க வேண்டும்

*

12. நெடுஞ்சாலை மெக்கானிக்

மேஜைமேல் கால் போட்டபடி
மோட்டுவளையைப் பார்த்துக் கொண்டிருக்கிறான்
தார்ச்சாலையில் ஆணி பதித்த
நெடுஞ்சாலை மெக்கானிக்

பக்கத்து பெட்ரோல் பங்கின்
திசை மற்றும் தொலைவறிவிக்கும்
பலகைக்கருகில் இருக்கிறது
வண்டிமாடுகளுக்கான அவனது தண்ணீர்த் தொட்டி

இரும்புக் கம்பிகளின்மேல் தத்தித் தத்தி நடக்கும்
புறாக்களை அவன் வளர்க்கவில்லை;
அதுவாகத்தான் வளர்கின்றன

ஆனால்
தகரக் கொட்டகையின் மேலே
பற்றிப் படர்ந்திருக்கும் டேபிள் ரோஸ்
அவன் விரும்பி வளர்ப்பதுதான்

பொறுப்புள்ள குடிமகனான அவன்
நைந்துபோன டயர்களில் மழைநீர் தேங்கவிடுவதில்லை.

நிலவொளியில் தூங்கிக்கொள்ளும் அவனுக்குப்
போதுமானதாக இருக்கிறது
சிற்றோடைகளின் நீர்
உங்களுடைய வாகனம் என்றேனும் பழுதடைந்தால்
அல்லது
காலாற என்றேனும் நடக்க நீங்கள் விரும்பினால்
அன்றவனைச் சந்திக்கலாம்

அவன் யாருக்காகவும் காத்திருக்கவில்லை
எனினும்
நீங்கள் அவனை
சந்திக்க வேண்டும்
ஒருதடவையேனும்.

*

B.R. மகாதேவன்

13. பறக்கும் மலை

ஆதியிலே நாம் ஒன்றாக இருந்தோம்
மிகப் பெரிய கனவுகளுடன்
மிகப் பெரும் உற்சாகத்துடன்

தெய்வத்தின் சித்தமோ வேறாக இருந்தது
அவர் நம்மை உலகம் முழுவதும்
பிரிந்து செல்ல வைத்தார்

அவரவர் கருவிகளுடன்
அவரவர் மாய நகரங்களை
உருவாக்கிக்கொண்டிருக்கிறோம்.

ஒருவரின் காட்டாறுகள் சீறிப் பாய்ந்து வருகின்றன
இன்னொருவரின் இளைப்பாறல் குடில்களை நோக்கி

ஒருவரின் சிறு கை விளக்கை அணைக்கிறது
இன்னொருவரின் மரங்களில் இருந்து வீசும் காற்று

நட்ட தானியங்கள் செழித்து வளரும்
ஒருவருடைய நிலத்தில்
இன்னொருவரின் களைகள் மண்டுகின்றன

ஒருவருடைய கப்பல்களை மூழ்கடிக்கின்றன
இன்னொருவரின் புயல்

அரிதாக
ஒருவருடைய நிலத்துக் குளிர் ஊடுருவி
இன்னொருவரின் மேகங்கள் பொழிகின்றன சில மழைகளை

நம் அனைகளில் அந்த நீர்
மெல்ல மெல்லச் சேகரமாகும்போது
பறந்து வந்து அமர்கிறது அதில்
பிறிதொருவரின் பெரிய மலை

அனைவரையும் இணைத்தபடி
ஒருவழிப் பாதையில் நகர்கிறது
ஒற்றைச் சூரியனின் பேரொளி

அதையும் தடுத்து உருவாக்கிக்கொள்கிறார்கள்
அவரவருடைய கரி நிழல்களை

❋

14. அம்மா நாய் குட்டி நாய்

மாலையில் இருந்தே குரைத்துக்கொண்டிருந்தது
அந்த அம்மா நாய்

திடீர் திடீரென ஊளையிட்டது
ஒருவரையும் கடந்துபோகவிடவில்லை

இரவு முழுவதும் தொடர்ந்தது
இப்படியான அதன் தொல்லை

ஆழ்ந்த உறக்கத்திலிருந்து எழுப்பப்பட்ட நான்
கல்லெடுத்து ஓட ஓட விரட்டினேன்

தூங்காமல் இருந்த எதிர்வீட்டுப் பெரியவர்
ஜன்னலுக்குப் பின்னிருந்தே சொன்னார்
அதிகாலை உணவில் விஷம் வைத்துக் கொன்றுவிட
வேண்டும் என்று

ஆண்டவா!

உண்மையில்
கண் திறந்திராத அதன் குட்டிகளில் ஒன்று
பாதாளச் சாக்கடைக்குள் விழுந்துவிட்டிருந்தது
மூடப்பட்ட கதவுகளின் முன் நின்று
யாருமற்ற மாடிப்படிகளின் முன் நின்று
இருண்ட தெருவின் சின்னஞ்சிறு விளக்குகளின் முன் நின்று
என் குழந்தையைக் காப்பாற்றுங்களேன்
என் குழந்தையைக் காப்பாற்றுங்களேன்
என்று கதறி அழுதிருக்கிறது

காம்ப்ளக்ஸில் ஒருவருக்குக்கூடத் தோன்றவில்லை
அதன் குரைப்புக்குப் பின்னால்
இருந்திருக்கும் ஒரு நியாயம் என்று

அதிகாலையில் இறந்து போயிருந்த குட்டியை
எடுத்துப் போட்டபோது
மலங்க மலங்க நக்கிக் கொடுத்துக்கொண்டே இருந்தது

எஞ்சிய குட்டிகளோ தரையோடு உராய்ந்து
பால் காம்புகளைத் தேடிக்கொண்டிருந்தன

என்றென்றைக்குமாகப் பிரிந்துவிட்டிருந்தது
அவற்றின் உடன்பிறப்பு ஒன்று

வேறொன்றுமில்லை
ஒரு நாளைய தூக்கம் போய்விட்டதென்று
நாங்கள் கோபத்துடன் இருந்த இரவில்
அந்தக் குட்டி
மெல்ல
மெல்ல
இறந்துவிட்டிருக்கிறது.

*

கைவிடப்படும் காவல் தெய்வங்கள்

15. மறைவில் கேட்கும் குயிலோசை

குயிலம்மா குயிலம்மா...
உன் ஆசை முட்டைகளை ஏன்
வேறோர் பறவையின் கூட்டில் இடுகின்றாய்..?

ஆதியில் நீ கட்டிய ஆனந்தக் கூடுகளைப்
புயல் மழை பிரித்துப் போட்டதுவோ...

உன் சிற்றலகால்
நீ கொத்திக் கொத்திச் சேகரித்த குச்சிகள்
செல்லரித்துப் போயினவோ...

நீ பார்த்துப் பார்த்துத் தேர்ந்தெடுத்த மரக்கிளைகள்
விரிந்து சென்று விழ வைத்தனவோ

உன் அன்புக் கூட்டினை
நீ அமர்ந்தமர்ந்து சோதித்த ஆசை மரங்கள்
கோடரிக் காம்புகளால் வெட்டப்பட்டனவோ

குயிலம்மா குயிலம்மா...
நீ அதி உயரத்தில் பின்னிய கூட்டினின்று
தவறி விழுந்தனவோ

இறகு முளைக்கா உன் ஆருயிர்க் குஞ்சுகள்
இதமான இளஞ்சூட்டுக்காக
நீ கோத்த வைக்கோல் துரும்புகள் குருடாக்கினவோ
அன்புக் குஞ்சுகளின் திறக்காத கண்களை
எதுதான் காரணம் குயிலம்மா
நீ உன் ஆசை முட்டைகளை
வேறோர் பறவையின் கூட்டினில் ஏன் இடுகின்றாய்?

இப்பேருலகில்
உன் சிறு மெல்லிய கூட்டைக் காக்கும் ஒற்றை மரம்
எங்கும் முளைக்கவில்லையா..?

உன் மென் இறகால் நீ கடக்க நேர்வதெல்லாம்
முடிவற்று நீளும் வெம்பாலைகளா..?
அல்லது
உன் ஆசைக் கூட்டைத் தாங்கும் ஒற்றை மரத்தை
உனக்கான காற்று வீசும்
உனக்கான நிலத்தில்
உன் எச்சத்திலிருந்து உருவாக்க
ஒற்றைச் சிற்றோடைகூட இல்லையா
உன் நிழல் வீழும் நெடுவனமெங்கும்

அப்படியே வேறோர் பறவையின் கூட்டில் இடுவதென்றால்
கா... கா... வெனக் கரையும்
காகத்தின் கூட்டில் சென்று ஏன் இடுகின்றாய்
கூ... கூவெனக் கூவும் குயிலம்மையே...

உன் முட்டையை அங்கு இட்ட நாளில் இருந்து
பதைபதைப்புடன்
அம்மரத்தையே
சுற்றிச் சுற்றிப் பறக்கிறாய் என்பது உண்மைதான்

நிலவொளியில் இரை தேடும் நாகங்கள்
இருள்வெளியிலும் விழி அசைக்கும் ஆந்தைகள்
அம்மரம் அண்டாமல் நீ காப்பதும் உண்மையே

முட்டைகள் விரிசலுறும் விதத்தை வைத்து
உன் குஞ்சு தேடித் தவிக்கிறாய்...

ஆனால் குயிலம்மா குயிலம்மா...
உன் குட்டி குஞ்சின் நிலை அறிவாயா..?
மெல்லக் கண் திறந்து அது பார்க்கும் முதல் உருவம்
பூதக் கறுஞ்சிறகுகள்கொண்ட முரட்டுக் காகமன்றோ

வாய் திறந்து குட்டிக் குயில் கூவும் முதல் கூவலே
அதன் குரல்வளையை நெரித்துவிடுமன்றோ
கா...காவெனக் கரையும் காகத்தின் கூட்டில்
கூ...கூவெனக் கூவும் குயிலம்மா
ஏன் உன் முட்டைகளை இடுகிறாய்?

குட்டிக் குயிலுக்குத் தெரியவரும் முதல் ஸ்பரிசம்
மென்சதை கிழிக்கும் கூர் அலகன்றோ

கைவிடப்படும் காவல் தெய்வங்கள்

இறகுகள் உலருமுன்னே கீழே தள்ளிவிடும்
கூர் நகக்காலின் கொடுங்கோரப் பிடி அன்றோ

அந்தக் குயில் குஞ்சு உணரும் முதல் அரவணைப்பு
பதைபதைத்துப் பறந்து சென்று
உன் தாய்ச் சிறகுகளால் நீ மூடிப் பாதுகாக்கும் முன்
கரையும் காகக்கூட்டம் குத்திக் கிழித்திருக்குமே
உன் பிஞ்சுக் குயிலின் மென்மேனி முழுவதையும்

போதாக்குறையாக
குயில் கூட்டத்தையும் காகக்கூட்டத்தையும்
கொன்று குவிக்கும்
கோர விழிக் கழுகுகளும்
கூர் நகச் செம்பருந்துகளும்
பக்கத்து மரத்திலமர்ந்து
உனைப் பார்த்து நகைத்துக் கேட்குமே
அடுத்தவர் கூட்டில் ஏன்
உன் ஆசை முட்டையை இட்டாய் என்று..?

ஒற்றைக் கூவலுக்கே உயிர் போகும்
உன் அபலைக் குஞ்சின் வேதனை ஒருபக்கம்...
வெட்டிக் கழுகுகளின் இந்தக் கெக்கலி மறுபக்கம்

மரணக் கொத்தல்களுக்குத் தப்பிப் பிழைக்கும்
உன் பிஞ்சுக் குயில்களே
மரக் கிளையெங்கும் அமர்ந்தபடி கூவுகின்றன
தம் முடிவற்ற இன்னிசை கீதங்களை என்பது
மனதில் எழுப்பும் இனம் புரியா சோகம்
கொஞ்ச நஞ்சமல்ல குயிலம்மா

இனியும் காவு கொடுக்காதே
இன்னிசையின் உன் குரல் வளைகளை

தேடிக் கண்டடை
உன் சிறு கூடு தாங்கும் பெரு மரமொன்றை

பாடிச் சென்று சேரு
உன் குஞ்சுகள் கூவும் குயில் வனமொன்றை

✼

B.R. மகாதேவன்

16. கல்யாண வீடியோ கேசட்

தூரத்து மணமக்களை
ஜன்னல் வழி ஆசிர்வதித்தபடி
லக்கேஜ்களுக்குக் காவலிருந்த விதவைப் பாட்டி

முடிவற்ற பன்னீர்த்துளிகளுக்காக
ஒவ்வொரு தம்பதியுடனும்
பதுங்கிப் பதுங்கி நுழைந்துகொண்டிருந்த
புத்தாடைச் சிறுவர் சிறுமியர்

மணமகளின் தந்தைக்குத்
திரும்பத் திரும்ப சலாமிட்டபடி
கூட்டத்தின் நடுவே அலைபாய்ந்துகொண்டிருந்த
வாழ்த்துத் தந்தி சேவகர்

தன்னந்தனியாக வெகு ஓரத்தில் அமர்ந்தபடி
நாகஸ்வர இசை கேட்டுக்கொண்டிருந்த
திருமண மண்டபக் காவலாளி

தேற்றியபடி பின்தொடரும் அம்மாவைத்
திமிறித் தள்ளிவிட்டு
அப்பாவைத் தேடி ஓடிக்கொண்டிருந்த
காயம்பட்ட சிறுமி

எந்தவொன்றும் பதிவாகியிருக்கவில்லை
என் கல்யாண கலர் வீடியோவில்

*

17. எல்லாம் வல்ல பொம்மைராஜா

ஒற்றை ராஜாவைக் காக்க
ஓடி ஓடித் தாக்கும் யானைப்படை
தடை தாண்டித் தாக்கும் குதிரைப்படை
குறுக்குப் புத்தி மட்டுமே கொண்ட மத போதகன்
அனைத்தையும் செய்யும் ஆக்ரோஷ ராணி
ஒருபாடு காலாட்படையினர்

அனைவருக்குமான ஒரே உத்தரவு
ராஜாவுக்காகவே வாழ்... ராஜாவுக்காகவே மடி !
ராஜாவுக்காக
ராஜாவால்
ராஜாவினால்.

இடைநிலை வண்ணங்களுக்கு
எந்தச் சதுரங்கத்திலும் இடமில்லை
ஒன்று கறுப்பு அல்லது வெள்ளை

பேச்சுவார்த்தைகளுக்கு இங்கு இடமில்லை
என் பக்கம் இருந்தால் நண்பன்
எதிர் பக்கம் இருந்தால் எதிரி

சதுரங்க விளையாட்டின் ஒரே விதி
கொல் அல்லது கொல்லப்படு
சரணடைதலுக்கு இங்கு இடமில்லை
ஒருவரையும் உயிருடன் விட்டுவைக்காதே
வெள்ளைக் குதிரை கொல்லப்பட்டால்
கறுப்பு யானை கொல்லப்பட்டாக வேண்டும்
கறுப்பு போதகன் கொல்லப்பட்டால்
வெள்ளை ராணி வீழ்ந்தாக வேண்டும்

B.R. மகாதேவன்

எல்லை மீறு...
ஆக்கிரமி...
அழி...
ராஜாவுக்காகப் போராடுவதே மற்றவர்களின்
இலக்கு
தொழில்
வாழ்க்கை
விடுதலை

என் ராஜா மட்டுமே நல்மேய்ப்பன்
ஆடுகளை ஓநாய்களிடமிருந்து காப்பவன்

என் ராஜா மட்டுமே வன் விவசாயி
நெல்மணிக் கதிர் காக்கக் களை அறுப்பவன்

என் ராஜா மட்டுமே தெய்வம்
குருதி மலர் சிந்தி பூசை செய்

ஒரு ராஜா கொல்லப்பட்டால்
ஒரு சதுரங்க விளையாட்டு முடிவுக்கு வரும்
ஆனால்
ராஜாக்களுக்கு அழிவில்லை என்பதால்
சதுரங்க விளையாட்டுகளுக்கும் முடிவில்லை

குதிரை மீதேறிக் கூக்குரலிடு 'என் ராஜா வாழ்க' என்று
யானை மேலேறிக் கத்து 'எதிரி ராஜா ஒழிக' என்று
ஈட்டியைத் தூக்கியபடி முழங்கு 'என் ராஜா வாழ்க' என்று
வாளால் வெட்டியபடி முழங்கு 'எதிரி ராஜா ஒழி' என்று

குதிரைக் குளம்படித் தடத்தில் தேங்கும் குருதியில்
நடுங்கும் சூரியனைக்கூடப் பார்த்துக்கொள்...

நிலவொளியில் நனைந்த ஆடுகளத்தின்
குளிர் காற்று சுமந்தலையும்
ஓலங்களைக்கூடச் செவிமடுத்துக்கொள்...

கை கால் முறிந்தால் களத்தின் ஓரத்துக்கு நகர்ந்துகொள்...

கூடவே வரும் உன் நிழல்
உன் நடுகல்லை நினைவுபடுத்துகிறதா... கலங்காதே

தினமும் தலை சாய்க்கும் உன் படுக்கை
சிகிச்சை மேஜையாகவோ
பிணவறை மேடையாகவோ தெரிகிறதா பரவாயில்லை

துளித் துளியாய் காலம் உதிர்க்கும்
மணல் கடிகாரம் அனுமதிக்கும்வரை
ஓய்வெடுக்க அனுமதி உண்டு
ஒவ்வொரு ஓய்வும்
ஒவ்வொரு மேலதிகத் தாக்குதலுக்கான திட்டமிடலே
ஆனால்
புதிரான கரங்கள் நகர்த்தும் பொம்மைகளே
அத்தனை சதுரங்கத்தின் அத்தனை காய்களும்
என்பதை மட்டும் தெரிந்துகொள்ளாதே

நீ பலியாடு என்பதை உணர்ந்தாலே வலிக்கும்
உன் எல்லாம் வல்ல ராஜாவுமே
ஒரு பொம்மை என்று தெரிந்தால்..?
அந்த உண்மையை மட்டும் தெரிந்துகொள்ளாதே...

உலகமே ஒரு விளையாட்டு மைதானம்...
நீ வீரன்...
விளையாடு...
உலகமே ஒரு போர்க்களம்
நீ ஒரு மாவீரன்...
போராடு...
உடல் மண்ணுக்கு...
உயிர் எல்லாம் வல்ல ராஜாவுக்கு!

*

B.R. மகாதேவன்

18. கடவுள் இல்லாத உலகம்

சுவர்நகப் புலிகளைப் பூனைகளாக்கு
கோரைப் பல் ஓநாய்களை நாய்களாக்கு
கொடூர முதலைகளைப் பல்லிகளாக்கு
(பறவைகளை மட்டும் டைனசர் ஆக்கிவிடாதே)
மறக்காமல் மனிதர்களை மந்திகளாக்கு
அதன்பின்
எல்லா முன்னங்கால்களையும் கைகளாக்கு
ஆரம்பிக்கட்டும் சம வாய்ப்பு கொண்ட
புதியதொரு பரிணாமப் போட்டி

எல்லா புல்லையும் மூங்கில்களாக்கு
எல்லா மூங்கில்களையும் புல்லாங்குழலாக்கு
எல்லா மேலடுக்கையும் வண்டலால் நிரப்பு
எல்லா மரங்களையும் கனியால் நிரப்பு
எல்லா உயிர்களையும் தாவர உண்ணிகளாக்கு

கருந்துளைக்குள் இழுத்துக்கொள்
சுழலும் அனைத்து கிரகங்களையும்

அதன்பின் வெடித்துச் சிதறவை
பெரு வெப்பக் கோளத்தை

புதிய பூமியில் முக்கால் பாகத்தை நன்னீரால் நிரப்பு
நிலவில் பனித்துளிகள் படியச்செய்
எல்லா கிரகத்துக்கும் உயிர் கொடு
நீ செய்த தவறை
எம் இறைவா
நீயே நேர் திருத்து

உனக்கு இப்படித்தான் உருவாக்கத் தெரியுமென்றால்
உடனே உருவாகட்டும்
கடவுளே இல்லாத ஓர் உலகம்

❋

19. கடவுள் எனும் பெருங்கலைஞன்

என் கடவுள் ஒரு பெருங்கலைஞன்
துயரத்தின் வண்ணப் பட்டாடைகளை
நெய்வதில் அதி நிபுணன்
ஓயாது இயங்கும் அவனது தறிகள்
ஒருநாளும் தளராது அவன் கரங்கள்
துளியும் அறுபடாது
மிக நெருக்கமாக அவன் பின்னும் வேதனை நூலிழைகள்

எனக்கென நெய்து வைத்திருக்கும்
வேதனைத் துணியின் நீள அகலம் தெரிய வேண்டுமா
நிமிர்ந்து பாருங்கள்
நீல வானம் தெரிகிறதா... அது எனக்கேயானது.
உங்கள் பார்வைக்கு ஓர் அடுக்கு மட்டுமே
கொண்டதாகத் தெரியும் அது
உண்மையில்
உள்ளுக்குள் உள்ளாக ஓராயிரம் பால் வீதிகள் கொண்டது

எனக்கெனவே நெய்த அந்தத் துணி கொண்டு
அளந்து தைத்து ஆயத்த ஆடைகளை
அனுப்பிக்கொண்டே இருப்பான்
இரவு பகல் என அவன்
நெய்து தள்ளும் வலியின் பெருந்துணியில்
உதய அஸ்தமனமாய் வந்து போகும் குருதி நிறச் சரிகைகள்

இருண்ட நேரங்களில்
நட்சத்திரங்களாய் மின்னுபவையெல்லாம்
ஒற்றைக் கணுக்கண்கூட விடாமல்
அவன் குத்திய ஊசிப் பொத்தல்களே

B.R. மகாதேவன்

முடிவற்று மலரும் அவலத்தின் பருத்திச் செடிகளில்
பனித்துளியாய் திரண்டு நிற்பதெல்லாம் என்
                                நிணநீர்த்துளிகளே

என் கடவுள் தேர்ந்த விற்பனையாளன்
வண்ண விளக்குகளால் அலங்கரிக்கப்பட்டது
அவனது வணிக வளாகம்
நிழல் மரமில்லா என் எல்லா சாலைகளும்
அதை நோக்கியே சென்று சேரும்

என் கண் பார்வை குவியும் இடங்களிலெல்லாம்
எனக்கான விளம்பரப் பலகைகளை வைத்து
ஆற்றுப்படுத்துவதில் அவன் கை தேர்ந்தவன்
வசீகரமான தள்ளுபடிகள், விலைக்குறைப்புகள் அறிவித்து
எனக்கான சுமைகளை நானே அள்ளிச் செல்லவைப்பதில்
நிபுணன் அவன்

என் நாள்காட்டிகளில்
அந்த வேதனை ஆடைகளை வாங்கிக் குவிப்பதற்காகவே
சிவப்பு நிறத் திருவிழாக்கள் வரிசைகட்டி மின்னும்

கைகூப்பி வரவேற்று
எனக்கான துன்பத்தின் ஆடைகள்
மலைபோல் அடுக்கிவைக்கப்பட்டிருக்கும்
தளத்துக்கு அனுப்பிவைக்கும் பணியாளர்கள் அங்கு உண்டு

நான் நடக்கவே வேண்டாம்.
ஏறி நின்றால் போதும் தானாகவே
எனக்கான வலிகளின் தளத்துக்குத்
தூக்கிச்செல்லும் படியேற்றிகள் அங்கு உண்டு

அவனது வணிக மையத்தின் விசுவாசமான சிப்பந்திகள்
சலிக்காமல் என் முன் விசிறியடிப்பார்கள்
எனக்கான வலிகளின் வண்ணப் பட்டாடைகளை

தன் சிறையின் கதவைத்
தானே மூடிக்கொள்ளும் கூண்டுக்கிளிபோல்
என் வேதனையின் ஆடைகளை
நானே தேர்ந்தெடுக்கும் சுதந்தரம் எனக்கு அங்கே உண்டு

கைவிடப்படும் காவல் தெய்வங்கள்

என் கடவுள் பெரும் சலவைத் தொழிலாளி
அதி தூய்மையின் ஆராதகன்
என் துணிகளில்
வலிமையின் கறை படிந்தாலோ
நிம்மதியின் அழுக்குகள் படிந்தாலோ
அவன் பொறுக்க மாட்டான்

வீடு தேடி வந்து அந்தப் பொதிகளை வாங்கிச் சென்று
அவமானத்தின் நீரிலிட்டு
நிராதரவின் புது சவர்க்காரங்கள் சேர்த்து
ஏய்ப்பின் படிகளில் துவைத்து
தந்திரங்களின் கொடிகளில் உலரவைத்து
அதி துயரமாக்கிக் கொண்டுவந்து தருவான்

எந்த வன் கோடைக்கும் வற்றாது
அவனது படித்துறைகள்
எந்த மழையிலும் மூழ்காது
அவனது வெள்ளாவிப் பானைகள்
புதிய புறக்கணிப்புகளின் கஞ்சி சேர்த்து
புதிய துரோகங்களின் கரிபெட்டி கொண்டு
ஆவி பறக்கத் தேய்த்து
அழகாக மடித்து அடுக்கிக் கொண்டுவந்து
கைக்கு எட்டும்படியான அலமாரிகளில் நிறைத்துவைப்பான்

என் கடவுள் தேர்ந்த ஒப்பனைக் கலைஞன்
ஒரு குழந்தைக்கு அலங்காரம் செய்வதுபோல்
பார்த்துப் பார்த்து அலங்கரிப்பான்
துயரத்தின் கருமைகொண்டு
கண்களை அலங்கரிப்பான்
துரோகத்தின் செஞ்சாயம் கொண்டு
உதடுகளை அலங்கரிப்பான்

B.R. மகாதேவன்

கண்ணீர்த் துளிகளால் முகம் கழுவி
வலியின் வண்ணப்பூச்சுகளால் அதை அலங்கரிப்பான்
இன்னல்களின் நறுநெய் பூசி தலை வாருவான்
இறுதியாக ஒற்றைச் சிறு திருஷ்டிப் பொட்டாக
சிறு புன்னகையை
சிறு அங்கீகாரத்தை
சிறு வெற்றியை இட்டும் விடுவான்
பொறாமையின் தீக்கங்குகள்
படபடவெனப் பொரியும் வண்ணம்

இத்தனை செய்தும் என் கடவுளை நான்
அனுதினமும் நம்பிக் கரம் கூப்பி வணங்குவேன்
அவனது
ஆடைகளை அணியவும்
அலங்காரங்களை ஏற்கவும்
ஒவ்வொரு பிறவியிலும்
ஒரு திடமான
ஆன்மாவையும் தந்தனுப்புகிறானே அதற்காக
*

கைவிடப்படும் காவல் தெய்வங்கள்

20. அவன் நிச்சயம் அவதரிக்க வேண்டும்

மேல்மாடக் கொடிகள்
மேலைக் குளிர் காற்றில் நடுங்கும் நடுச்சாமத்தில்,
காவல் சூழ் அறையில் அவன் அவதரிப்பான்

ஆதி நாகம் குடைவிரிக்க சுழித்தோடும் காட்டாறைக் கடந்து
அவனுக்கான நிலவொளி சூழ் தொழுவத்தைச் சென்று
சேர்வான்

அவனது வர்ணம் கறுப்பாகவே இருக்கும்

கருணையின் சாயங்களை முகத்தில் பூசி
மார்புக் காம்புகளில் துரோக நஞ்சைத் தடவியபடி
பாலூட்ட நெருங்கும் சூனியக்காரியை உறிஞ்சியே
கொல்வான்.

ஆட்டுக் கண் அரக்கர்களின் மாயச் சகடங்களைத்
தன் பிஞ்சுக் கால்களால் தகர்த்தெறிவான்

மெல்லத் திரண்ட மூர்க்கத்துடன்
காலங்களைக் கடந்து வந்திருக்கும் கால்நடைகள்
அவன் பின்னால் மௌனமாக அணி வகுக்கும்

மறதியின் கூட்டுக்குள் இனியும் அடைபடாது
அவனது ஆவினங்கள்

பழக்கத்தின் நுகத்தடியில் பிணிக்கப்படாது
அவனது காளைகள்
ஏய்ப்பின் புல் கட்டுகளைக் கண்டு மயங்காது
இனி அவை இரவிலும் விழித்திருக்கும்.

B.R. மகாதேவன்

அவற்றின் காலடி ஓசை கேட்டு
அந்நிய தேசக் குதிரைகள் மிரண்டோடும்

அவன் தன் ஆவினங்களைப்
பாரம்பரியப் புல்வெளிகளில் மேயவிடுவான்

வழி தவறிய ஆடுகளைத் தாய் நிலம் சேர்ப்பான்

நீரில் நஞ்சைக் கலக்கும் நாகங்களின் மீது
அவன் அழிவின் கோர நடனம் புரிவான்

ஒற்றைப்படைப் புதிய ஏற்பாடுகள் புயலாக மாறி
புரட்டு வசனங்கள் மேகங்களாகத் திரண்டு
அழித்தொழிப்பின் மழையாக
அவனது நிலத்தை மூழ்கடிக்கச் சூழும்போது
ஒற்றைச் சுண்டுவிரலால்
ஆதார பல்லுயிர் மலையை உயர்த்திக் குடை பிடிப்பான்

அவன் உயர்த்திப் பிடிக்கும்
பன்முக நிலத்துக் கோயில்கள்மீது கட்டப்பட்டிருக்கும்
பாழ் மண்டபங்கள் இடிந்து விழத் தொடங்கும்

இருண்ட பாவக் குகைகளில் பதுங்கிக் கிடக்கும்
ஓநாய்கள் அலறி ஓடும்

அமைதிப் புறா வேடம் புனைந்த
அழிவுக்கழுகுகள் சிறகொடிந்து வீழும்

வற்றிய பொற்றாமரைக் குளங்கள்
ததும்பத் தொடங்கும்.

வல்லவன் வகுத்த வாய்க்கால் ஊடகத்தில்
துள்ளிக் குதித்து விளையாடிக் கொண்டிருக்கும் மீன்கள்
மண்ணில் விழுந்து துடிதுடித்து சாகும்

அவனுடைய பாரம்பரியத் தத்துவங்களின் மின்னல் பாய்ந்து
அந்நிய மரங்கள் சத்தமின்றி மண்ணில் சாயும்

வர்ண சமத்துவத்தின் ராகங்களை இசைக்கும்
அவனது குழலோசை

அவன் கைவிடப்பட்ட நகரைப் புனரமைப்பான்

காலக் கடலில்
மூழ்கிய அரண்மனைகளை மேலெழுப்புவான்
அதன் உச்சியில்
பட்டொளி வீசிப்பறக்கும் தர்மத்தின் கொடி

கால்வாய்கள் அடைக்கப்பட்டு
கிளைநதிகள் வறழவிடப்பட்டு
பழையாறுகள் பாலைவனமாக்கப்பட்டதை
மாற்றி அமைப்பான்

பனி மலை ஆறு பொங்கிப் பிரவகித்து
பழையாற்றில் தூய புதுவெள்ளம் பாயத் தொடங்கும்
அதன் வண்டல் படியும்
கரையெங்கும் செழிக்கத் தொடங்கும்
நற் கனி நல்கும் மரங்கள்
நெற்கதிர் முற்றிய வயல்கள்

பல வண்ணப் பறவைகளின்
இன்னிசைகளால் நிறையும் வெளி

ஆதி மந்திரங்களின் ஒலியெழுப்பியபடிப்
பாய்ந்தோடும் ஆறுகள்
புனித முன்னோர்களின் பூத உடல்களைச்
சாளக்ராமங்களாக்கும்

அவன் அனைத்தையும் மீட்டெடுப்பான்
அந்த நாள் நிச்சயம் வரும்
அவன் நிச்சயம் அவதரிப்பான் (மீண்டும்)

❋

21. சாதுவாக ஊடுருவும் கடல்

கடல்
சாதுவாக
நகரின் ஓரத்தில் அலையடித்தபடி இருக்கும்
நகரையே மூழ்கடிப்பதுபோல்
பாய்ந்தோடி வரும் அலைகள்
வெண்ணிற அங்கிபோல்
உடைந்து மடிந்து திரும்பும்
உதய அஸ்தமன நேரங்களில்
செந்தூரச் செம்பொன் தடாகமாய் மின்னும்
ஆனால்
கடலடி நீரோ நிலத்தடியில்
மெல்ல ஊடுருவத் தொடங்கியிருக்கும்
பௌர்ணமி காலங்களில் பூசு நீறுபோல்
வெள்ளித் தடாகமாய் மின்னும்
கடல் காற்றோ நகரத்து மண்டபங்களின்
கல் சிற்பங்களை அரிக்கத் தொடங்கியிருக்கும்
இதமான குளிர் காற்று வீசிக் கொண்டிருக்கும்
உள் நகரங்களின் நிலத்தடி நீரோ
உப்பாகத் தொடங்கியிருக்கும்

நம் குழந்தைகள் குடும்பத்தினருடன்
குதுகலமாக ஓடியாடி விளையாட
நீண்ட நுண் மணல் கரையைக் கொண்டது
முதலில் அருகமை வீடுகளின் கிணற்று நீர்
உப்பாகத் தொடங்கும்
அவற்றின் துளசி மாடங்கள் புழக்கடைச் சிறு தோட்டங்கள்
நன் நீரின்றி வாடத் தொடங்கும்

கடலின் பிரமாண்டம் வாய் பிளந்து நிற்கவைக்கக் கூடியது
முன் வாசல் கல் தொட்டிகளில்
நீரருந்த வரும் புறாக்கள ஆவினங்கள்
கானல் நீர் பார்த்து அலையத் தொடங்கும்

கைவிடப்படும் காவல் தெய்வங்கள்

கரையோர குதிரை சவாரிகள் புது அனுபவமாய்
நம்மைக் கொண்டாட வைக்கும்
ஏரிகள் குளங்கள் உப்பாகத் தொடங்கியிருக்கும்
எல்லைத் தெய்வங்களின்
திரிசூலங்கள் வாட்கள் துருப்பிடிக்கத் தொடங்கியிருக்கும்

பெட்ரோமாக்ஸ் எரியும் தள்ளுவண்டிகள்,
விளையாட்டுப் பொருட் கடைகள் என
கடற்கரை கேளிக்கை மையமாக ஆகும்
மெல்ல வயல்வெளிகளின் நிலத்தடி நீர்
உப்பாகத் தொடங்கும்
நில்லாது வீசும் காற்று
கோயில்கள் கடை வீதிகள்
அன்ன சத்திரங்கள், ஆதுர சாலைகள்
காளை வண்டிகள் வைக்கோல் போர்கள்
அனைத்தின் மீதும்
கண்ணுக்குத் தெரியாத
உப்புப் படலத்தைப் பூசத் தொடங்கும்
திருமண்கள் விபூதிக் கீற்றுகள் குங்குமங்கள்
உவர் நெற்றியில் ஒட்டாமல் உதிரும்

சிறுவர்கள் இளைஞர்கள் திடும் என நீரில் பாய்ந்து
நுண் மணல் அள்ளி மீள்வார்கள்
அறுவடைத் திருநாட்கள் களையிழந்துபோக
அகல் விளக்கொளியில்
மின்னும் தெப்பக்குளங்கள் இருள் மண்ட
இருக்கும் ஒற்றைக் கொண்டாட்ட வெளியாக
கடல் கரையில் களையிழந்த முகங்கள்
பாழ் நெற்றியுடன்
பிளாஸ்டிக் சிரிப்புடன் குழுமத் தொடங்கும்
நம் உமிழ் நீரும் உப்புக் கரிக்கத் தொடங்கும்

கடல்
எப்போதும்போல்
தொலை தூரத்தில்
சாதுவாக
அலையடித்தபடியேதான் இருக்கும்

*

22. பெருங்கோபக்காரி

நித்திய பிரம்மசாரியின் பெரு முற்றத்தில்
தீட்டுத் துணி அலசத் துடித்தீர்கள்

வாமனனின் பூமியில்
காராம் பசு வெட்டிக் கறி விருந்து உண்டீர்கள்

ஒரு பிடி அரிசி எடுத்துக்கொண்ட சகோதரனைக்
கட்டிவைத்துக் கொன்றீர்கள்
(நீங்கள் பழங்கால மாந்த்ரீகங்களில் ஆழ்வது வேறு
புதிய எஜமானருக்குப் பிடிக்கவில்லை)
ஆனால்
தெய்வத்திண்ட சொந்த நாட்டின் சகோதரர்களே...
உங்களைப் பழி தீர்ப்பது ஐய்யப்பன் அல்ல
கோமாதா அல்ல
வாமனன் அல்ல
பரசு ராமன் அல்ல
பகவதி அல்ல...
மிலேச்சனும் அல்ல
ஏனென்றால்
நீங்கள் ஐயனைப் பழிக்கத் தொடங்கி
ஆண்டுகள் பல ஆகிவிட்டன.

அவன் ஐயன் என்பதால்
அனைத்தையும் பொறுத்தருளவே செய்கிறான்

கூடவே இருந்த வாமனனை விடுத்து
பாதாள லோகம் புகுந்த பலியைக் கொண்டாடினீர்கள்
குறு மறையோன் குறைபட்டுக்கொள்ளவில்லை

உயிர் கொடுத்த மழு உடைத்துவிட்டு
உயிர் பறிக்கும் கொலைக் கருவியை
ஊர் நடுவே நட்டுவைத்தீர்கள்
வீர ராமன் கோபிக்கவில்லை.

கன்றுகளையும்
காளைகளையும்
ஈன்றவளையும் கொன்றீர்கள்
அவள் பூமாதாவின் சகோதரி என்பதால்
பொறுத்தருளுகிறாள் எப்போதும்போல்

ஆனால் நீங்கள் மலை மகளைச் சீண்டிவிட்டீர்கள்
அவள் கோபக்காரி
அவளுடைய
சர்ப்பக் காவில் சாராய போத்தல்களை வீசினீர்கள்
அவளுடைய எழில் கொஞ்சும் வனாந்தரங்களில்
பிளாஸ்டிக் குப்பைகளைக் கொட்டினீர்கள்
அவள் திரிசூலி...
வன்மம் மிகுந்தவள்
அவளுடைய புனித வழித்தடங்களில்
கேளிக்கை விடுதிகள் கட்டினீர்கள்

அவள் நிர்மூலி...
தன் வழியில் குறுக்கிடுபவற்றை நிர்மூலமாக்கிவிடுவாள்
சிறுகச் சிறுக ஊற்றெடுத்த அவளுடைய கோபத் துளிகளை
கல்லணைகள் கொண்டு தடுத்தீர்கள்
இன்று அவள் பொட்டித் தெறிக்கிறாள்

B.R. மகாதேவன்

அவளுடைய பூசாரிகள்
தெருவுக்குத் தெரு நின்று ஓதிய வேதத்தை
நீங்கள் செவிமடுக்கவில்லை
அவளிடம் நாத்திகம் சாத்தியமில்லை
அவளை வணங்கியே தீர வேண்டும்

அவளுடைய கருவறையின்
அகல் விளக்கு அணைகிறதென்றால்
உங்களை அந்தகாரம் சூழப்போகிறது என்றே அர்த்தம்

அவளிடம் காலம் தாழ்த்திய
உங்கள் பிரார்த்தனைகள் பலிப்பதில்லை
அவள்
குற்றவாளிகளின் கூக்குரல்களுக்குக் கேளாச் செவியள்

பேராசைக்காரர்களின் பேச்சுவார்த்தைகளின்போது
பேசா மடந்தை

மூடர்களின் கண்ணீரைத் துடைக்கும் கரங்கள்
அவளிடம் இல்லை

உங்களை அடக்கிய பின்னே அடங்குவாள்
உங்களைத் திருத்திய பின்னே திரும்புவாள்
அவள் பெருங்கோபக்காரி.

*

23. தேவையான விஷம்

விஷப் பாம்பைப் போலவே இருப்பதால்
விரட்டி விரட்டி அடிக்கப்படுகிறது
வெறும் தண்ணிப் பாம்பு

உமிழ் நீரை பிறருக்கு ஒவ்வாத நீராக
ஒரு சொட்டும் ஆக்கிக் கொள்ளாதநிலையிலும்
கண்ணில் பட்டாலே கல்லெறிந்து கொல்லப்படுகிறது

அன்பாக தலையை வருடிக் கொடுக்க
எந்தக் கரமும் நீள்வதில்லை

ஆறுதலாகச் சாய்ந்துகொள்ள
ஒற்றைத் தோளும் உலகில் இல்லை

மறைவிடங்களில் உலவுவதே விதி என்று ஆகிவிட்டது

பெரியதொரு மண்புழுபோல்
புவி எங்கும் ஊர்ந்த போதிலும்
எத்தனை சட்டையை உரித்தும்
பாம்பின் தோல் போவதே இல்லை

பாம்பு போலிருக்கும்
அந்த
மிக
நீண்ட
ஊரும் உயிருக்கு
கிணற்றுத் தவளைகள்
விதை நெல் தின்னும் எலிகள் என
விதிக்கப்பட்டதை மட்டுமே உண்ணும் என்றாலும்
எறியப்படும் கற்களோ விஷ நாகங்களுக்கானவை

B.R. மகாதேவன்

பயந்து தப்பிக்கப் பார்ப்பதே முதல் எதிர்வினை என்றாலும்
மூலையில் முடக்கப்படும்போது சீறுவதாலோ என்னவோ
வெறுத்து பயந்து (?) வேட்டையாடப்படுகிறது

மறைவிடம் தேடியே அலைய நேர்ந்த
இந்த நீண்ட நெடிய பரிணாம ஓட்டத்தில்
சிறகுகள் முளைத்து வானில் பறந்திருக்கலாம்

இடத்துக்கு ஏற்ப நிறம் மாறும் கலையைக் கற்றிருக்கலாம்

நீரின் ஆழத்திலேயே நித்தமும் இருந்திருக்கலாம்

அல்லது
கொஞ்சமேனும் தன் உமிழ்நீரை
விஷமாக்கவாவது கற்றுக்கொண்டிருக்கலாம்.

*

24. வழிகாட்டும் மாயக்குரல்

புதிய இலக்கு நோக்கிய
தொலை தூரப் பயணத்தின்போது
நீங்கள் செய்ய வேண்டியதெல்லாம்
வழி காட்டும் மாயக் குரலை
முழுமையாக நம்புவது மட்டுமே

முப்பது மீட்டர் கழித்து
வலது பக்கம் திரும்பவும் என்று சொன்னால்
வலது பக்கம் திரும்புங்கள்
நாற்பது மீட்டர் கழித்து
இடது பக்கம் திரும்பவும் என்று சொன்னால்
இடது பக்கம் திரும்புங்கள்

ஸ்டியரிங் உங்கள் கைகளில்தான் இருக்கும்
வேகக்கட்டுப்பாடு உங்கள் கால்களில்தான் இருக்கும்
நீங்கள் செய்ய வேண்டியதெல்லாம்
தாயைப் பின்தொடரும் கன்றுபோல்
வழிகாட்டிக் குரலைப் பின் தொடர்வது மட்டுமே

வழிகாட்டிக் குரலுக்கு
இலக்கு நோக்கி வழி நடத்துவது மட்டுமே தெரியும்
விபத்துகளில் இருந்து காத்துக்கொள்வது உங்கள்
கடமையே
உங்களுக்கான பாதுகாப்பு பெல்ட்களைப்
போட்டுக்கொள்ளுங்கள்
ஏர்பேக் பொருத்திக்கொள்ளுங்கள்
உங்களுக்கு விதிக்கப்பட்ட லேனில் இருந்து மாற
வேண்டாம்

B.R. மகாதேவன்

பெருவழிப் பயணத்தின்போது
குறுக்கிடும் கிளைச் சாலைகள் பற்றிக் கவலை வேண்டாம்
நாற்சந்திகள் பற்றிக் கவலை வேண்டாம்
அதிவிரைவு வாகனத்தின் மாயக் குரல் சொல்வதே வேதம்

வழியில் தென்படும்
வேறு எந்த வழிகாட்டிப் பலகையையும் நம்ப வேண்டாம்
இருள் வந்து சூழ்ந்தாலும் பயம் வேண்டாம்
மேடு பள்ளங்கள் குறித்துக் கலங்க வேண்டாம்
வரைபடம் பார்த்து வழிகாட்டும்
மாயக் குரலை நம்பினால் போதும்

மாயக் குரலிடம் எந்த வாக்குவாதமும் வேண்டாம்
எந்த ஆலோசனையும் வேண்டாம்
எந்த மறுப்பும் வேண்டாம்
எந்த எதிர்ப்பும் வேண்டாம்

நீங்கள் சொல்வதை கேட்கும் விதமாக
அது வடிவமைக்கப்படவில்லை
எனவே அது சொல்வதைக் கேட்டு நடப்பதுபோல்
உங்களை மாற்றிக்கொள்ளுங்கள்

தேசிய நெடுஞ்சாலைப் பயணத்தில்
தவறான பாதையில் நீங்கள் சென்றாலும்
இலக்கை நோக்கி
அது உங்களைக் கொண்டுவந்துவிடும் என்றாலும்
சொல் பேச்சுக் கேட்காமல் போனால்
இழப்புகள் உங்களுக்கே

அது பொதுவான மொழியில்தான் உரையாடும்
உங்களை
உரிய இடத்துக்குக்கொண்டு சேர்க்கும் பெரும் அக்கறை
அதற்கு உண்டு என்றாலும்
பிராந்திய உச்சரிப்பு நுட்பங்களை
மையத்திலிருந்து ஒலிக்கும் குரலுக்கு
ஒரு எல்லைக்கு மேல் பிரித்தறியத் தெரியாது
எனவே வழிகாட்டிக் குரலை
நீங்கள் கூர்ந்து கவனிப்பது மிகவும் அவசியம்

கைவிடப்படும் காவல் தெய்வங்கள்

சாத்தியமான
மிக மிகக் குறைவான தொலைவு
வழித்தடத்தைக் கண்டுபிடித்து
மிக மிகச் சரியான கால அளவில்
இலக்கை அடையவைக்கும்
திறமைகொண்டது வழிகாட்டிக் குரல்

பயண வழியில்
நீங்கள் உற்சாகமாகப் பேசி ஊக்குவிக்க வேண்டுமென்றோ
இலக்கை அடைந்த பின்
நீங்கள் நன்றி சொல்ல வேண்டுமென்றோ
எதையும் எதிர்பார்க்காது அந்த எந்திரக் குரல்
நீங்கள் செய்ய வேண்டியதெல்லாம்
சரியான வழிகாட்டி ஆப்பை தரவிறக்கிக்கொள்வதும்
சென்று சேர வேண்டிய இலக்கைச்
சரியாகச் சொல்வதும்தான்.

ஏனென்றால்
நீங்கள் சுடுகாட்டுக்குக் கொண்டு செல்லச் சொன்னால்
அதுவாகவே பசும் புல்வெளிக்கு இட்டுச் செல்லாது.

*

25. நாக வழிபாடு

விஷம் நிறை நாகங்களை
பாலூற்றி வணங்கியும்
நாகம் உறை புற்றுகளை
கோவிலென்று கும்பிட்டும்
செல்பவர்களுக்குத் தெரியும்
நாகங்களைக் கொல்லுதல் எளிதல்ல...
அதன் விஷப் பற்களைப் பறித்தலும் எளிதல்ல
என்ற நிலையில்
இருள் நிறை இரவுகளை
இப்படித்தான் கடக்க முடியும் என்பது

*

26. போராளிப் பெண்ணும் சிவப்பு ரோஜாவும்

போராளிப் பெண்ணின் கையில் இருக்கும்
சிவந்த நிற ரோஜாப்பூ
மிகவும் வசீகரமானது

தேர்ந்தெடுக்கப்பட்ட இளம் கிளையில்
திடீரென்று முளைக்கவைக்கப்பட்டு
கேமரா கோணங்கள் சரிபார்க்கப்பட்டு
மிகுந்த ஒத்திகைகளுக்குப் பின்
உங்கள் முன்னால் நீட்டப்படுகிறது
அமைதி மார்க்கத்தின் சிவப்பு ரோஜா

அதன் இனிய நறுமணம்
தலைநகர வீதிகளில் எரிக்கப்படும் பேருந்துகளின்
கரும்புகை வாடையைப் போக்கடித்துவிடும்.

அதன் அழகிய சிறிய முட்கள்
சட்ட விரோதக் கைகள் எறியும்
மிகக் கூரான கருங்கல்லில் இருந்து
உங்கள் கவனத்தைத் திருப்பிவிடும்

அதன் அடர் சிவப்பு நிறம்
கல்லெறிபட்ட பச்சிளம் குழந்தையின்
நெற்றியில் இருந்து வழியும் ரத்தத்தில் இருந்து
உங்கள் பார்வையை அப்புறப்படுத்திவிடும்.
அதன் மிருதுவான இதழ்கள்
தேச இணைப்புத் தண்டவாளங்களைப்
பெயர்த்தெடுக்கும் கடப்பாரைகளில் இருந்து
உங்கள் பார்வையை அப்புறப்படுத்திவிடும்

B.R. மகாதேவன்

அதன் பச்சை நிறக் காம்பு
பள்ளிப் பேருந்தில் இருந்து
பதறியபடி இறங்கி ஓடும் சிறுவர்களை
உங்கள் பார்வையில் இருந்து மறைத்துவிடும்

அதன் இதழ்களில் மின்னும் பனித்துளி
அகண்ட தேச சகோதரர்களின்
நிரந்தரக் கண்ணீர்த்துளிகளை
உங்கள் பார்வையில் இருந்து மறைத்துவிடும்

போராளிப் பெண்ணின் கையில் இருக்கும்
சிவந்த நிற ரோஜாப்பூ
மிகவும் வசீகரமானது
பூதகியின் முலைகளைப் போலவே.

நம் மீது
நம் வீடுகளின்மீது
நம் காவல் நிலையங்களின்மீது
நம் சட்டப் புத்தகங்களின்மீது
நம் தேசத்தின்மீது
பெய்யப்போகும்
புதிய பச்சை ரத்த மழையை மறைத்தபடி
எல்லையற்று உதிரப் போகின்றன
போராளிப் பெண்ணின் கையில் இருக்கும்
சிவந்த நிற ரோஜாப்பூவின்
முடிவற்ற இதழ்கள்.

*

27. ஸ்ரீ கிருஷ்ண ஜெயந்தி

அப்பா... எப்பப்பா வருவார்?
குட்டி கிருஷ்ணரா வருவாரா..?
பெரிய கிருஷ்ணரா வருவாரா?
நீலநிறத்துல வருவாரா... கறுப்பு நிறத்துல வருவாரா?
இன்னிக்குத்தான கிருஷ்ணருக்கு பர்த்டே.
பலூன் டெக்கரேஷன்லாம் பண்ணவே இல்லை.
செம்மண் கோலம் போட்டாலே போதுமா?
புது வீட்டு அட்ரஸ் சரியா கொடுத்திருக்கியா?

காலைலயே ஏன்ப்பா வர மாட்டேங்கறார்?
வெண்ணெய் மட்டும்தான் சாப்பிடுவாரா..?
தட்டை சீடைல்லாம் சாப்பிட முடியுமா..?
குட்டி கிருஷ்ணருக்குப் பல் பலமா இருக்குமா?
எனக்கும் தருவாரா...
பாலகணேஷ்மாதிரி எல்லாத்தையும் சாப்பிட்டுருவாரா?

கன்னுக்குட்டியோட வருவாரா...
கொம்பு மாடோட வருவாரா?
என்கூட ஸ்கூலுக்கு வருவாரா..?
பார்க்குக்கு விளையாட வருவாரா?

இரண்டு நாட்களாக முழித்திருக்கும்போதும்
தூங்கும் போதும்
குட்டிக் கிருஷ்ணரின் வருகைக்காக
தயாராகிக்கொண்டிருந்தாள் செல்ல மகள்.

நேரம் ஆக ஆக எங்களுக்குமே பதற்றம் அதிகரித்தது.

கிரில் கேட்டில் கண்வைத்தபடி
காத்துக்கொண்டே இருந்தாள்.
அவ்வப்போது விளையாடினாலும்
கவனமெல்லாம் வரப்போகும் கிருஷ்ணன் மீதே இருந்தது.
எப்படிச் சமாளிக்க என்று
எங்களுக்குப் பெரிய கவலையாகிவிட்டது.

நல்ல வேளையாக
மதியம் சாப்பிட்டுவிட்டு
மூன்று மணிவாக்கில் குழந்தை தூங்கினாள்.

அவள் கண் முழித்துப் பார்த்தபோது
குட்டி கிருஷ்ணனின் காலடித் தடங்கள்
வீடு முழுவதும் இருந்தன.

குறும்புக் கண்ணன்
அவள் தூங்கியபோது வந்துவிட்டுப் போய்விட்டான்.

நீ தூங்கினப்ப வந்தாரும்மா...

என்னை எழுப்ப வேண்டியதுதான..?

எழுப்பினோம்.

நீ நல்லா தூங்கிட்டிருந்தியா கிருஷ்ணர்தான் வேண்டாம்
பாப்பா தூங்கட்டும் அப்படின்னு சொல்லிட்டாரும்மா.

ஏன் போகவிட்ட...
இங்கயே இருக்கச் சொல்லியிருக்க வேண்டியதுதான.

அடுத்த ஆத்துக்கும் போகணுமே...
அங்கயும் அவருக்காகக் காத்துண்டுருப்பாளே...

அப்படியா வா
அடுத்தாத்துல இருக்காரான்னு போய் பார்ப்போம்.

அங்க இருந்தும் போயாச்சே.

அப்படியா... அப்போ ஆண்ட்ரூ ஆத்துல இருப்பாரா..?

அங்க இருந்தும் போயிருப்பாரும்மா
(ஆண்ட்ரூ வீட்டிலும்
செம்மண் கோலத்தில்
கிருஷ்ணர் பாதம் வரைந்திருந்ததைக்
காலையில் பார்த்திருந்தாள்).

இப்ப எங்கதான் இருப்பார்?
போன் நம்பர் வாங்கி வைக்கலியா..?
புல்லங்குழல் ஊதினா வருவார்ன்னு சொன்னியே...
சட்டென்று ஞாபகம் வந்த குழந்தை
புல்லாங்குழலைப் பாய்ந்து சென்று எடுத்தாள்.
அவன் வரும்வரை வாசிப்பதென்று முடிவெடுத்தாள்.

பக்கத்துச் சிறுவனத்தில்
கூடடையும் குயில்கள் எப்போதும் எதிர்க்குரல் கொடுக்கும்.
ஆனால் இன்று அவற்றால் ஈடுகொடுக்க முடியவில்லை.
குழலோசை கேட்டு
வாசலில் வந்து நின்ற
பசுக்களும் கன்றுகளும்கூட
அசைபோட்டபடியே தூங்கியாயிற்று.

அம்மா வாசலில் நின்று ஊட்டி விட்டாயிற்று.
கிரில் கேட்டில் நின்றபடி
வெளி முழுவதும் கவிழ்ந்திருக்கும் இருளைப் பார்த்தபடி
மூச்சு வாங்க இசைத்துக்கொண்டிருந்தாள்.

நீலநிற குட்டி கிருஷ்ணன்,
வெண்ணிறக் கன்னுக்குட்டியுடன்
பொன் நகைகள் மின்ன
எப்படியும் வந்துவிடுவான் என்று நம்பியவள்
களைத்துப்போய் தோளில் படுத்துத் தூங்கியும்விட்டாள்.

படுக்கையில் மெல்லப் படுக்கவைத்தேன்.

மார்புடன் அணைத்திருந்த
புல்லாங்குழலை
பிஞ்சு விரல்களில் இருந்து மெல்லப் பறித்தேன்.

ஆயர் பாடி மாளிகையில் பாடலை ஒலிக்கவிட்டேன்.
தூக்கத்தில் மெல்லச் சிரித்தாள் குட்டிப் பாப்பா.
செல்ல பக்தையைப் பார்க்க
கனவில் வராமல் போய்விடுவானா என்ன
குட்டி கிருஷ்ணன்?

❋

28. தோல்விப் பொன் கோப்பை

தூக்கிவிட்டுக்கொண்டிருக்கும்
உன் தோள்பட்டையைக் கீழிறக்கு

குத்தப்பட்டிருக்கும் போலிப் பதக்கத்தைக் குப்பையில் போடு

நிமிர்த்திவிட்ட காலரை மடக்கிவிடு
கன்னங்களில் குழி விழும் உன் சிரிப்பை நிறுத்திக்கொள்
கள்ளமற்றதுபோல் ஒளிரும் உன் கண்களை மூடிக்கொள்

நீ ஜெயிக்கவில்லை...

வெற்றிக்கோட்டுக்கு வெகு அருகில்வரை வந்தேனே என்று
இறுமாந்து நிற்காதே...
நீயாக வரவில்லை வரவைக்கப்பட்டாய்...

வேட்டைக்காரனைப் போல் துரத்தினேனே என்று
வீராப்பு பேசாதே...
நீ வேட்டையாடிய மிருகமல்ல
வேட்டையாடப்பட்ட மிருகம்...

நீ துரத்தவில்லை; துரத்தப்பட்டாய்.
ஒருபோதும் ஏறியிரா மலைஉச்சிக்கு
ஏறிய பெருமிதம் உனக்குத் தேவையில்லை...
சென்றமுறை வழுக்கிய பாறைகள்
இம்முறை உன்னைத் தாங்கி நின்றன

உண்மைதான்
முந்தைய முறை பிடி நழுவிய காட்டுக் கொடிகள்
இம்முறை உன்னை மேலேற்றின

கைவிடப்படும் காவல் தெய்வங்கள்

நிஜம்தான்
வேறொரு முறை முட்டிய சுவாசம்
இம்முறை சீராகிவிட்டிருந்தது

ஒத்துக்கொள்கிறேன்
நீ உச்சிக்கு அருகில்
ஏன், உச்சியிலேயே கூட ஏறிவிட்டாய்தான்.
ஆனால்
உன்னைக் கொன்று தின்ன கொலைப் பசியுடன்
அங்கு உனக்காகவே காத்து நின்றது ஒரு கழுகு.

நீ உச்சி என்று நினைத்து உயிரைக் கொடுத்து ஏறியது
உன் ஆசனவாயில் செலுத்தப்படவிருந்த கழுமரம்

அங்கு காத்திருந்த நீலக் கண் கழுகின் ஒரு கால்
உன் குரல்வளையை முதலில் கடித்தது
இன்னொரு கால் உன் கண்களைத் தோண்டியது
நீ தட்டுத் தடுமாறி
வைக்கக்கூடாத எல்லை விளிம்பில் கால் வைத்தாய்

கண் பார்வை பறிபோன நீ
வீசி எறிந்த இறுதிக் கல்
கழுகின் சிறகில் பட்டுத் தெறித்துச் சென்றது எல்லைக்கு
                                                    அப்பால்

நீ வீழ்த்தப்பட்டாய்.

இப்போது புரிகிறதா
ஏற உதவிய உன் காலும் கையுமே
செதுக்கின உனக்கான கழுமரத்தை என்று.

அதன்பின் உன் உடல் ஒவ்வொரு அணுவாக
ஒவ்வொரு சதைப்பிண்டமாக
உயிருடனேயே கொத்தித் தின்னப்பட்டாய்

இப்போது புரிகிறதா
வெற்றிக்கோட்டுக்கு அருகே நீயாக வரவில்லை
வரவைக்கப்பட்டாய் என்று.

அப்பாவி போல் இப்போது கேட்காதே
என்ன பாவம் செய்தேன் என்று

யோசித்துப் பார்...
அகால நேரத்தில் முழித்துக் காத்திருந்த
நூறு கோடி கண்களில்
தோல்வியின் அமிலச் சொட்டுகளைத் துளித்துளியாக
வார்த்தாய்

உன் நாடும் சேர்ந்த உலகின் ஒப்பற்ற நாயகர்களை
நடுவீதியில் நிர்வாணமாக்கி ஓடவிட்டிருந்தாய்

அதைக்கூட மன்னித்துவிட்டிருப்பேன்
இடிபாடுகளில் இருந்து எழுப்பப்பட்ட கோட்டையை
மீண்டும் இடித்தாய்

சாம்பலில் இருந்து உயிர்த்தெழுந்த பறவையை
மீண்டும் எரித்துச் சாம்பலாக்கினாய்

அது ஒரு போர்...
அன்று நான் வென்றேன்
அது தவறா என்று சீறாதே...

நீ இறுதியாக
மறைவில் இருந்து, இருக்கக் கூடாத இடத்தில் இருந்து
எய்தாய் ஓர் ஈட்டி...
அத்தனை துல்லியமாக எறிந்தது அதைவிடப் பெரிய தவறு.
நூறு கோடி இதயங்களின்மீது குறிவைத்து
எறியப்பட்ட ஈட்டி அது.

அந்த உலகம்
அதன் இறுதிச் சூரியனை இழந்து இருண்டது
உயிர் மூச்சை இழந்து துவண்டது
குரலை இழந்து மௌனித்தது

உலகம் முழுவதும் விரிந்திருந்த அந்த மைதானம்
மயான அமைதியில் ஆழ்ந்த அந்த நொடி நினைவிருக்கிறதா?

கைவிடப்படும் காவல் தெய்வங்கள்

வெடித்துச் சிதறியது எரிமலை
நீ அதன் கங்குச் சிதறல்களில் ஆனந்தக் கூத்தாடினாய்

எளிய பக்தனின் முன்
அவனுடைய கடைசி தெய்வத்தைக் கொன்றாய்

சக்கரவாகப் பறவையின் உயிர்தாரையை
விண்ணுக்குத் திரும்பச் செய்தாய்

தாமரைப் பூவின் தடாகத்தைத் துவண்டு வறழச் செய்தாய்
கஜராஜனின் காதுக்குள் எறும்பு போல் நுழைந்தாய்

நாயகனை வீழ்த்தி துணை நடிகன் வெல்லும் காவியம்
எங்கேனும் கேட்டதுண்டா நீ...

எடுத்துவரச் சொன்ன பொற்கிரீடத்தை
சேவகன் தன் தலையில் அணிந்த கேவலம் இது
எப்படித் தப்ப முடியும் என்று நினைத்தாய்
இப்பெரும் தவறைச் செய்துவிட்டு.

சுண்டிவிடப்பட்ட விதி அன்று
எனக்குச் சாதகமாக இருந்தது...
வீசிய காற்று எனக்குச் சாதகமாக இருந்தது...
பெய்த மழை என் நிலங்களிலாயிருந்தது...
நான் மயங்கிவிட்டேன் என்ற பசப்பு வார்த்தைகளை
நம்ப யாரும் தயாராக இல்லை.

இவையெல்லாவற்றையும் விடு...

ஓர் எளிய மூதாட்டியின் நடுங்கும் கரங்கள்
இறுதிப் பிரார்த்தனையாக
யாசித்த வரம் நினைவிருக்கிறதா?

B.R. மகாதேவன்

அந்த முதிய கண்களில் கசிந்த கண்ணீர்
சுருக்கம் விழுந்த கன்னங்களில்
நிரந்தரமாகத் தங்கிவிட்டது தெரியுமா?
உனக்குத் தரப்பட்ட ஆறுதல் கோப்பையில்
நிரம்பியிருப்பது அந்த முதாட்டியின் வேதனைப் பெருமூச்சு
(நெஞ்சோடு இறுக்கிப் பிடித்திருக்கும்
உன்னால் இப்போதாவது உணர முடிகிறதா அந்த
                              வெம்மையை)

நீ குலுக்கிய பீர் போத்தல்களில் இருந்து பீறிட்டது
அழையா விருந்தாளியின் இங்கிதமறியா பெருமிதக்
                              குமிழ்களே

உயர்த்திப் பிடிக்கும் தோல்விப் பொன்கோப்பையில்
நெளிந்து நெளிந்து தெரியும் உன் முகம்
சொல்லாமல் சொல்லும் உண்மை

உனக்குப் புரிகிறதா
ஊழ்வினை உருத்துவந்து ஊட்டும்.

நீ தவறாகத் தட்டிப்பறித்தது
உன்னிடமிருந்து சரியாகவே தட்டிப் பறிக்கப்பட்டது

சிங்கத்தை
அதன் குகையில் வீழ்த்தக் காத்திருந்த வேட்டைக்காரனை
மாயமானாக வந்து வீழ்த்தினாய்

உச்சியில் இருந்து கீழே தள்ளப்படத்தான்
உச்சிக்கு ஏறவிடப்பட்டாய்
முற்பகல் செய்யின் பிற்பகல் விளையும்
தீதும்நன்றும் பிறர் தர வாரா.

*

கைவிடப்படும் காவல் தெய்வங்கள்

29. குட்டி அணில்களும் கடுவன் பூனையும்

முன் வாசல் மின்அளவீட்டுப் பெட்டிக்குள்
கூடு கட்டியிருக்கிறாள் ஒரு அணிலம்மா
பார்த்துப் பார்த்து சேகரித்த நார்கள் பஞ்சுகள்
மழையிலும் வெய்யிலிலும் இருந்து முழு பாதுகாப்பு...
பக்கவாட்டுச் சிறு வனத்தில்
ஏராளம் உண்டு கிளை மரங்கள்
எனினும்
சிறிய இடவெளியுடன்
மூடிய மின்அளவீட்டுப் பெட்டி
அம்மாவின் புத்திசாலித் தேர்வாகவே இருக்கிறது.

குட்டிகளுக்கும் சேர்ந்து
சாப்பிட வேண்டிய அணிலம்மாவுக்காக
அன்பு மகன் கூட்டினருகில் வைக்கிறான்
நிலக்கடலைகள் முந்திரிகள் பாதாம்கள் பழங்கள்

பள்ளி ஓவியப் பக்கங்களில் மெல்ல எட்டிப் பார்க்கின்றன
அணில் போன்ற அணில்கள

இன்று வரவா... இப்போதே வரவா என
அணில்குட்டிகளுடன்
செஃல்பி எடுக்கத் துடிக்கும் பள்ளித் தோழிகளுக்குப்
பதில் சொல்லி மாளவில்லை செல்லமகளுக்கு

குட்டி அணிலின் முதல் முனகல் கேட்டுக்
கனவுகளிலும் சிரிக்கிறாள் செல்ல மகள்
இருண்ட மின்அளவீட்டுப் பெட்டியினுள்
ஃப்ளோரசண்ட் நட்சத்திரங்கள் பதிக்கிறான் அன்பு மகன்

மதில் சுவர்களில்
நிதானமாகத் குதித்து ஓடுகிறாள் அணிலம்மா
புதிதாகப் பிறக்கவிருக்கும் குட்டிகளை
வரவேற்கக் கூடுகின்றன பிற அணில்கள்

உலகம் இனியது...
ஆனால் விதியோ வலியது

மின்அளவீட்டுப் பெட்டிக்குச்
சற்று உயரத்தில்
சற்றுத் தொலைவில் உள்ள ஷாஃப்ட்டில் வசிக்கிறது
வெகுகாலமாகவே ஒரு கடுவன் பூனை

மென் நடை கொண்ட அதன் சிறு பாதங்களுக்குள்
ஒடுங்கியிருக்கின்றன கூர் நகங்கள்...

ரோஸ் நிற நாவைச் சுற்றியபடி அமைந்திருக்கிறது
அழகிய கோரைப் பல் வரிசை

பூனைச் செவியின் ஒரு பக்க மடல்
அவ்வப்போது திரும்பிக்
கூர்ந்துகேட்கிறது கூடின் நடப்புகளை

சிலை போல் அசைவற்று அமர்ந்தபடி
உற்றுப் பார்த்துக்கொண்டிருக்கிறது
தன் பச்சைநிறக் கண்கொண்டு

மனிதன் செய்த மரப்பெட்டியை நம்பி
ஓடி ஓடிக் கூடு கட்டியிருக்கிறாள் அணிலம்மா

என் வீட்டு வாசலில் நடக்கவிருக்கும்
இந்தப் பிரபஞ்ச நிகழ்வில்
நான் இப்போது என்ன செய்ய..?

முதல் நாரைக் கொண்டுவந்தபோதே
விரட்டியிருக்க வேண்டுமா?

ஷாஃப்ட்டில் முள் கம்பிகள் போட வேண்டுமா?

உலகம் அணில்களுக்கானதா... பூனைகளுக்கானதா?

பிறக்கப்போவது அதிர்ஷ்டசாலி அணில்களா?

ஒற்றைப் பாய்ச்சலிலேயே
அன்றன்றைய வேட்டையை
முடித்துக்கொள்ளப்போகும் கடுவனின் உலகமா?

○

என் செல்லக் குழந்தைகளுக்கு
நான் வரைந்து தந்திருக்கிறேன்
ஒரு நீர் வண்ண ஓவியம்

கடுவன் பூனைகள் அணில் குட்டிகளுடன்
கொஞ்சி விளையாடும் ஒரு பொன்னுலகம்

அதில் அணில் குட்டிகள்
இங்குமங்கும் அசைந்தாடும் பூனையின் வாலை
தாவித் தாவிப் பிடிக்கின்றன

விடிந்து நெடுநேரமான பின்னும் தூங்கும் கடுவன்மேல்
விழுந்து புரண்டு எழுப்புகின்றன குட்டி அணில்கள்

ராமன் வரைந்த கோடுகளைத்
தன் பங்குக்குத் தடவிக் கொடுக்கிறது கடுவன்
மென்மையாக
மிக மென்மையான தன் பாதம்கொண்டு

பூனைகள் எதைச் சாப்பிடும் என்ற
செல்ல மகளின் திடீர் கேள்விக்கு
அதிர்ச்சியை வெளிக்காட்டாமல்
சில பூக்களில் இருந்து சொட்டச் செய்திருக்கிறேன்
முடிவற்ற தேன்துளிகளை

கடுவனுடனும் குட்டிகளுடனும் சேர்ந்து
செல்ஃபி எடுக்க வரப்போகிறார்கள்
செல்ல மகளும்
செல்ல மகளின் எல்.கே.ஜி. ஏ.செக்ஷன் தோழிகளும்

இன்னும் சிலநாட்களில் குட்டிகள் பிறந்தும்விடும்.

❋

30. மாட்டுக் கண்காட்சியில் புத்தகப் பொங்கல்

சிருஷ்டியின் மனம் குட்டிக் கன்றாக இருக்கும்போதே
புன்முறுவல் பூத்தபடியே
விதிமுறைகளின் முகக்கூடை மாட்டிவிடுவார்கள்

குட்டிக்கு ஞானத்தாயின்
தாராள மடிக்காம்புகள்
கண்ணில் நன்கு தெரியும்

தாய் வாஞ்சையுடன் நாவால்
வருடிக்கொடுக்கவும் செய்வாள்

ஆனால் குட்டி வாயைத் திறந்து
காம்பைப் பற்ற முயற்சி செய்ய செய்ய
தானாகவே இறுக்கும்
முற்போக்கு ஆசான்கள் மாட்டும் முகக்கூடை.

அனுமதிக்கப்பட்ட
'அறிவார்ந்த' புத்தகப் பால் குடித்து
மெல்ல மெல்ல வளரும் குட்டிகளின்
மென் எலும்புகள் கொஞ்சம் வலு அடைந்ததும்
முதல் வேலையாகக்
கருத்தியல் மூக்கணாங்கயிறு மாட்டப்படும்.
ஒருதலைப்பட்சத்தின் கூர் ஊசியை
அரசியல் தீயில் வாட்டி
தனித்தன்மையின் மூக்குத் தண்டில்
சரக்கென்று நளினமாகக் குத்துவார்கள்
அதன் பின்
கழுத்தை நெரிக்கும்
சட்டகங்களின் தாம்புக் கயிறை நுழைத்துக்
கொள்கை நுகத்தடியில் மாட்டுவார்கள்.

பார்வை வலிமை ஏற ஏற
தத்துவக் காயடித்தல்,
தரிசன லாடம் அடித்தல் என ஒவ்வொன்றாக நடக்கும்

அதன் பின் உங்களுக்கென்றே தனியாக
(அதே நேரம் ஒரே மாதிரியான)
ஒரு கோட்பாட்டுச் சுமை வண்டி
இழைத்து இழைத்துச் செய்து கொண்டுவரப்படும்.

சிந்தனை உடலில் ஏர்க்கால் பூட்டப்பட்டு
அனுபவங்களின் கழுத்தில் கமலைக்கல் கட்டப்பட்டு
'நவீன' உரங்களால் மலடாக்கப்பட்ட நிலத்தில்
விளைவிக்கப்பட்டவற்றை ஏற்றிக்கொண்டு
முற்போக்குப் பண்ணையார்களின்
பிரசாரக் களத்துமேடுகளுக்கும்
வரலாற்றுக் குதிர்களுக்கும்
முடிவற்ற சுழல் பாதையில்
கொண்டு சேர்ப்பதே வாழ்க்கையாகும்.

காலக்கெடுச் சாட்டையடிகளும்
திசை திருப்பல் தார்க்குச்சிக் குத்தல்களும்
அல்லது கால்மிதிகளும் இடையிடையே இருக்கும்
நினைத்த இடத்தில் நிறுத்த

வயிற்றுப்பாட்டு மூக்கணாங்கயிறுடன் பிணைக்கப்பட்ட
யதார்த்தப் பால்கயிறும்
வண்டியோட்டியின் கைகளில் உண்டு.

கடகடவென ஓட
ஊடக சாலை வசதியும்
மடமடவென இழுக்க
போலிப் பாராட்டு மை பூசிய சக்கரங்களும் உண்டு

காய்ந்து சருகான பசப்பு வைக்கோல்கள்
அன்றாடம் போடப்படும்.

B.R. மகாதேவன்

மிச்சம் மீதிகளின் ராயல்ட்டி புண்ணாக்கு
என்றேனும் காட்டப்படும்

சுமை வண்டிக்கு அருகிலேயே
அசைபோட்டபடியே படுக்க
இட வசதியுமும் செய்து தரப்படும்.

ஆனால்
முற்போக்குப் பண்ணையார்கள் நல்லவர்கள்...
உழைப்பாளி மாடுகள் மேல் பாசம்கொண்டவர்கள்.
ஆண்டுக்கு ஒரு நாள் மாடுகளுக்கு
நெற்றித் திலகம் இடுவார்கள்
அதன் கொம்புகளுக்கு வண்ணம் தீட்டுவார்கள்
(மாடுகளும் அந்த அலங்காரத்துக்கு என்றே
இரண்டு கொம்புகள் இருப்பதாக நம்பும்)
கழுத்தில் மாலை அணிவிப்பார்கள்.
சிலர் உழவு மாடுகளுக்கு
ஆஸ்தான வெண்கல மணியும் கட்டிவிடுவார்கள்
விளம்பர வாழை இலையில்
மார்க்கெட்டிங் பொங்கல் படைப்பார்கள்.
வாலாட்டியபடியே வயிறுமுட்ட சாப்பிடலாம்.
ஆண்டுக்கு அந்த ஒரு நாள்
உழவுமாடுகளுடைய நாள்...

❍

'ஞான பீடப்' புனிதப் பசுக்கள்
தமது எழுத்தாளக் கன்றுகளுக்கு
நேர்வது பற்றிக் கவலைப்படுவதில்லை

சாஹித்யக் கோயில் காளைகள்
தமது கூட்டாளிகள் பற்றிக் கவலைப்படுவதில்லை

விமர்சனச் சல்லிக்கட்டுக்காளைகளும்
சக உயிர்கள்பற்றிக் கவலைப்படுவதில்லை

இவ்வளவு ஏன்
வலுவான கூர்மையான கொம்புகள் இருந்தும்
அந்தப் பொதி காளைகளே
முற்போக்குப் பண்ணையார்
பெரிய மனது பண்ணித்
தரும் காய்ந்த வைக்கோலுக்கும்
இடும் நெற்றித் திலகத்துக்கும்
வாலாட்டிக்கொண்டு
கம்பீரமாக வலம் வருகையில்
வேறு யார்தான் என்னதான் செய்துவிட முடியும்?

அது உழவுமாடுகள் பாடு...
முற்போக்குப் பண்ணையார்கள் பாடு...
ஆனால் அவை தார்ச்சாலையெங்கும்
போடும் சாணியின் நாற்றமும்
கழிக்கும் சிறுநீரின் வாடையும்தான்
தாங்க முடியவில்லை.
அதோடு,
புண்ணிய நதிகளைச் சாக்கடையாக்கிய அவை
போகும் பாதையையெல்லாம் அடைத்துக்கொண்டு
அசைபோடுகின்றன கோரக் கனவுலகை

என்று சுத்தமாகும் நம் மாநகரின் புண்ணிய நதி?
எப்போது முளைக்கும்
நம் இருள் வானில் ஒரு விடிவெள்ளி?
என்று பொங்கும் எளியோருக்கான பொங்கல்?
செத்த மரத்தின் செம்பார வண்டிகளிலிருந்து
என்று விடுபடும் நம் செவலைக் காளைகள்?

❋

31. எங்கே போனது நம் அக்ரஹாரம்?

பின் வாசல் நிலைப்படி அருகில்
நுரை தள்ளி விழுந்து கிடந்தது
கன்று ஈனவிருந்த காவிப் பசு
(பாரம்பரியப் புல்வெளியில்
முளைக்கத் தொடங்கியிருந்தது மேலைப் பார்த்தீனியம்)

அப்படியாகத்தான் அது ஆரம்பமானது
அதன் பின்
துளசிமாடக் கிணறின்
மண் சுவர் இடிந்து விழுந்து மூடியது

ஊஞ்சல் கம்பி
உத்தரப் பிடிமானம் இழந்து அறுந்து விழுந்தது
(நல்ல வேளையாக
பூனைக்குட்டிகள் எதுவும் படுத்திருக்கவில்லை அதன் கீழே)

மாவிலைத் தோரண நிலைக் கதவுகள்
செல்லரிக்கத் தொடங்கின

வைக்கோல் பொதிந்த கொலு பொம்மை டிரங்கு பெட்டிகள்
துருப்பிடித்து அறுக்கத் தொடங்கின எடுக்கும் கைகளை
(இத்தனை ஆண்டு காலம் பாதுகாத்த
அதே இரும்புத் தகரம்)

தாய்த் தூணில் உள்ளோட்டமாக விழுந்த விரிசல்
இறுதிவரை வெளியே தெரிந்திருக்கவில்லை

பிஞ்சுப் பாதம் பதித்து
உன்னி கிருஷ்ணன் வீட்டினுள் நுழைய முடியாதபடி
முற்றாகப் பெயர்ந்துவிட்டன காரைச் செங்கல் தரைகள்

கைவிடப்படும் காவல் தெய்வங்கள்

ஓட்டுக் கூரையில் பதிக்கப்பட்ட கண்ணாடி ஓடு
மங்கி மண் அடைந்து போனது
(ஜன்னலற்ற உள்ளறைகளுக்குப்
பேரொளிகள் வந்த வழி அது)

சித்திரைப் பொன் கொன்றை மரங்களைச்
சுற்றிப் படர்ந்துவிட்டிருக்கின்றன
சிறு நெருஞ்சி முட்புதர்கள்

காலை மாலை தீபாராதனைகளுக்கு ஒலிப்பதில்லை
வெண்கலக் காண்டா மணிகள்

பொன்னிற சிறு மணிகள் குலுங்கும்
பெரு மரக் கதவுகள் விறகாக்கப்பட்டுக்
கிறீச்சிடுகின்றன கன்னங்கரிய கிரில் கேட்டுகள்

யாசகம் கேட்டுத் தாழ்கின்றன
மன்னன் கைக்கும் மேலாய் நின்ற அர்ச்சகரின் கரங்கள்
உஞ்சவிருத்தி பிராமணர்
எந்த வீட்டின்முன் நிற்க என்று தெரியாமல்
தடுமாறித் தயங்கிக் கடக்கிறார்
சுட்டுப்பொசுக்கும் சிமெண்ட்டைல்ஸ் பாவிய
அக்ரஹாரத்தை

இரு நேர தீபாராதனையையும்
ஒருங்கே முடித்துவிட்டுச் செல்வது தெரியாமல்
நிலைவாசல் தூணைப் பிடித்தபடி
இரண்டாம் பூஜை மணிக்காகக்
காத்து நிற்கும் முதியவர்கள்
சோர்ந்துபோய் திரும்புகிறார்கள்
மங்கலான ஒளி மட்டுமே எஞ்சியிருக்கும்
பிரம்மாண்ட வீடுகளினுள்

குலவிருந்து நாட்களில்
அக்கம் பக்க கிராமங்களில் இருந்து வருபவர்கள்
பூட்டிக்கிடக்கும் கிராம வீட்டைப் பார்த்து
யாரிடம் எது கேட்கவென்றும் தெரியாமல்
திரும்பித் திரும்பிப் பார்த்தபடியே கடக்கிறார்கள்
மிக நீண்ட வெயில் தகிக்கும் அக்ரஹாரத் தெருவை

மந்தைக்கு விற்கப்பட்ட பசு தப்பி வந்து
பாசமாய் வளர்த்த பிராமணக் குடும்பம்
பட்டணம் சென்றது தெரியாமல்
கொல்லையில் இருந்து கத்துகிறது
பூட்டப்பட்ட கதவைத் திறக்கச் சொல்லி

கார்த்திகை அகல் விளக்கு சுமந்து வரும் மூதாட்டி
வாங்குவாரற்றும்
காலாற அமர ஒரு திண்ணையுமற்றும் போனதை நினைத்து
வியர்வையோடு கண்ணீரும் மல்க
விடைபெறுகிறார் நிரந்தரமாக
பாம்புச் சட்டைகள் தொங்குகின்றன மடப்பள்ளிகளில்

பாழடைந்து கிடக்கிறது குலம்கூடி விருந்துண்ட
கிராமத்து அகம்

மண் மூடித் தூர்ந்துவிட்டன நாக சன்னதிகள்

எடுப்பாரற்று இற்றுப்போகின்றன
அணைக்கரை அரசஞ்சமித்துகள்

பவழமல்லி கோர்த்த வளைக்கரங்கள்
முதுமையடைந்துவிட்டன

பன்றிக் காலடி பட்டு நசுங்குகின்றன
சங்கு புஷ்ப மலர் செடிகள்

புஷ்பாபிஷேக மலர் படுகைகள் கருகிவிட்டன

இருண்டே கிடக்கின்றன கார்த்திகை மாடப்பிறைகளும்

பூசணிப் பூக்கோலங்களற்று மூளியாய்க் கிடக்கின்றன
மார்கழித் தெருக்கள்

செம்மண் காவி இல்லா மதில் சுவர்களில்
கூராய் நீட்டிக்கொண்டிருக்கின்றன கண்ணாடித் துண்டுகள்
(முன்பு திண்ணைகள் இருந்தன அங்குதான்)

முப்போக வயலுக்கான கால்வாய்கள் வற்றிக்கிடக்க
அனைத்து வீடுகளையும் இணைத்துக்கொண்டு ஓடுகிறது
நவீன திறந்த வெளிச் சாக்கடை

கைவிடப்படும் காவல் தெய்வங்கள்

தேவை இல்லாதவர்கள் நுழைந்திராத ஒரு தெருவை
அனுமதி மறுக்கப்பட்டதாகச் சொல்லப்பட்ட அநீதியா...

முன்னோரின் பரஸ்பரப் புரிதலை புரிந்துகொள்ளாமல்
அந்தப் பொய்யை நம்பிய பின்னோரின் பேதமையா

வாமன பூமியில் எடுத்து வைக்கப்பட்ட மாபலிக் காலடியா

மலர்களும் இலைகளும் மட்டுமே உதிர்ந்த மண் தரையில்
கழுத்து அறுபட்ட உயிர் சிந்திய முதல் ரத்தத்துளியா...

ஒய்வு நாள் உள்ளறைகளில் இருந்து வெளியேறி
பூஜை அறைகளின் புனிதத்தைப்போக்கிய முதல் காலடியா

கூட்டுக்குடும்பம் தவிர்த்துக்
குலவாழ்வு வெறுத்துக்
குமஸ்தா வேலை தேடி ஓடிய கூட்டமா...

தொடை மீது வந்து அமரச் சொன்ன துச்சாதனனா
துள்ளிக் குதித்தோடித் தாவி அணைத்த திரௌபதியா

வயல் வெளியெங்கும் மண்டத்தொடங்கிய
மேலைப் பார்த்தீனியமா
நீர் நிலையெங்கும் உறிஞ்சத் தொடங்கிய நீலப்பூ தாவரமா

யார் காரணம்...
எது காரணம்?

நுழைவாயில் பெயர்ப்பலகையில் மட்டும்
பளிச்சென்ற எழுத்துகளில் மின்னுகிறது
பழம் பெரும் அக்ரஹாரம்

❋

32. கோதண்டத்தின் அடியில் சிக்கிய தேரை

உன் கோதண்டம் ஊன்றிய நிலத்தில்
எப்படியோ சிக்கியது சிறு தேரை

அந்த வில் கொண்டு நீ காத்த தர்மங்கள்
கொஞ்ச நஞ்சமல்ல

அதன் நாண் ஒலி
சங்கொலிபோல் ஆறுதல் தரும் பக்தர்களுக்கு

அதன் பொன்னிற பூண்கள்போல்
மின்னுபவை உலகில் இல்லை

அதன் அம்புகள்
ஒருபோதும் வீழ்ந்ததில்லை இலக்கடையாமல்

உன் கீர்த்தியோ அதனினும் பெரிது
உன் தர்ம யுத்தத்துக்குச் சிறு கல் தூக்கிய உயிருக்கும்
ஆறுதலாய் உன் கை அடையாளம் தந்தாய்
உன் காலடி பணிந்தோரைத்
தோள் தொட்டு அணைக்கிறாய்

பகைவனுக்கும் அருளும் நன் நெஞ்சினன் நீ
தெரியாமல்தான் ஊன்றியிருப்பாய்
தேரை வந்து குதித்த சிறு நிலத்தில்
உன் கருணை மிகு கோதண்டத்தை
எறியப்பட்ட கற்களில் இருந்து தப்பிப்பதே
சிறு தேரையின் இலக்காகவும் இருந்தது

நீயும் தவறு செய்யவில்லை; தேரையும் தவறு செய்யவில்லை
ஆனால் அதன்மென்னுடல் மேல் அழுந்திப் பதிகிறது
உன் அளவுக்கு உயரமான உன் வில்

கைவிடப்படும் காவல் தெய்வங்கள்

வானுயர்ந்து நிற்கும் பரந்தாமா
இருளை விரட்டும் சூரியன் போல்
துன்பங்களை விரட்டி ஒளிர்கிறது உன் முகம்
(தேரையின் மேல் தோல் மெல்லக் கிழிகிறது)

வறண்ட நிலத்தில் பொழியும் நீர்த்தாரைகள் போல்
தேமதுர மொழிகள் கசிகின்றன உன் இதழிலிருந்து
(தேரையின் மென் சதைக்குள் ஊடுருவுகிறது
உன் வில்லின் கூர் நுனி)

ஆளுகைக்குட்பட்ட நிலத்தையெல்லாம் ஆசிர்வதிக்கிறது
உன் அபயக் கரம்
(தேரையின் ரத்த நாளத்தினுள் நீள்கிறது கூர் நுனி)

வீசும் தென்றலில் மென் மணியென இசைக்கிறது
பொன் வில்லின் குமிழ் சலங்கை
(தேரையின் இதயம் நோக்கி நெருங்குகிறது உன் வில்)

ஸ்வ தர்ம பரிபாலனத்தை விதிக்கிறாய்
உலகத்து உயிர்களுக்கெல்லாம்
கல்லினுள் தேரைக்கும் உணவுண்டு என்கிறாய்
கன்னீர் துளிகளுக்கே இடமில்லை என்கிறாய்
ராம ராஜ்ஜிய முழக்கங்கள் கேட்டு
நாட்டாரின் கரகோஷம் விண்ணைப் பிளக்கிறது

மற்றவரால் துயர் என்றால் உன்னை அழைக்கலாம்
உன்னால் ஒரு துயர் என்றால்..?

முடிவற்று நீள்கிறது உன் அரசியல் சாசன அருளுரை

தேரையின் உடல் ஊடுருவி
கோதண்டம் தரை தொடும் நிமிடம்
உனக்கு உரைக்கக்கூடும்
அது அழுந்தப் பதிந்தது அதன் ஆன்மாவில் என்பது

அதிர்ந்து நீ குனிந்து பார்க்கும்போது
உன கருணைக் கண்களுக்குத் தெரியக்கூடும்
அதன் இறுதிக் கை கூப்பல்

உன் காதுக்குக் கேட்கக்கூடும்
அதன் இறுதி இதயத் துடிப்பு

சிறு தேரைக்கு இறப்பதுகூட வருத்தமாயிருக்காது
உன் காலருகில்
உன் கோதண்டத்தால் கொல்லப்படுமென்றால்
அது அதன் பாக்கியமே
கைவிட்ட தருணங்களை மட்டுமல்ல
நீ காப்பாற்றிய தருணங்களையும் சேர்த்தேதானே
கணிக்க வேண்டும் உன் கருணையை

ஆனால்
ஒரு பாவமும் அறியா
சிறு தேரையைக் கொன்ற பாவம்
உனை வந்து பீடிக்குமே ராமா...
அதற்காக வேணும் அரை நொடி
அருள்கூர்ந்து பார் அங்கு

மெல்ல உயர்ந்த
அண்ணலின் கோதண்டம்
அந்தரத்தில் மிதக்கிறது சிறிது நேரம்
முடிவற்று நீள்கிறது காலத்தின் ஒரு துளி

மீண்டும் இறங்குகிறது அண்ணலின் கை வில்

இம்முறை உடல் நெளிந்த தேரையின்
மென் தோல் வழுக்கி
கோதண்டம் நிலம் ஊன்றிய நொடியில்
கொப்பளிக்கிறது நன்நீரூற்று
ஜலகண்டபுரத்து நீரோடையில்
மூழ்கித் திளைக்கிறது சிறு தேரை

கரம் கூப்பியபடி
நீருக்குள் இருந்தே நிமிர்ந்து பார்க்கிறது
மென் அலையில்
சிறு புன்னகையுடன் மிளிரும்
தன் தெய்வத்தின் விஸ்வரூபத்தை

அதன் பின் நீந்திச் செல்கிறது
எல்லையற்ற பாற்கடலில்
பாம்பணையில் மிதக்கும் பரந்தாமனின்
பாதாரவிந்தங்கள் நோக்கி

❋

33. மீட்பரின் புதிய இசை

இறுதி மீட்பரின்
புதிய ஏற்பாட்டு இசை கேட்டு அணி வகுக்கின்றன
உலகம் முழுவதிலுமான பல வர்ண எலிகள்

காலகாலமாகச்
சொந்தக் கை கால்களால் உருவாக்கிய வளைகளைச்
சொந்தக் கைகளாலேயே
மண்ணிட்டு மூடிவிட்டுப் புறப்பட்டுவிட்டன

தாயின் கருவறைபோல் பாதுகாத்த அவையெல்லாம்
இருள் மண்டியிருப்பதாகச்
சொல்லப்பட்டு நம்பவைக்கப்பட்டும்விட்டன

மழைக்காலத்துக்கும் சேர்த்துச் சேமித்துவைத்த
நெல்மணிகளையெல்லாம் கைவிட்டுவிட்டுச்
சேர்க்கச் சொன்ன உள்ளுணர்வையும் பறிகொடுத்துவிட்டுச்
சாரை சாரையாக அணிவகுக்கின்றன
அந்நிய மெசையாவின் பின்னால்

புதியதொரு பொன்னுலகத்தை
அவருடைய இசைக் குறிப்புகள்
மாயக் காற்றில் வரைந்துகாட்டுகிறது

புதிய ரட்சிப்பின் பாடலைப் பாடும் பைப்பருக்கு
வழி நெடுக சேவகம் செய்யும்
சீருடைப் பணியாளர்கள் உண்டு
எலிகள் மந்தையைவிட்டு வெளியேறினால்
வெள்ளை அங்கிக்குள் இருந்து எட்டிப் பார்க்கும்
அவர்களுடைய
பளபளக்கும் பூட்ஸ் கால்களால் நெறிப்படுத்துவார்கள்

வாக்களிக்கப்பட்ட புனித நதியில்
அனைத்து எலிகளுக்குமான
ஞான மூச்சுமுட்டல் முழுக்காட்டுச் சாத்தியமில்லை
என்பதாலோ என்னவோ
கூடவே அழைத்துவருகிறார்
கார்ப்பரேட் கழுகுகளையும் கம்யூனிஸ செம்போத்துகளையும்

ஓடவும் முடியாத ஒளியவும் முடியாத
வெட்டவெளிக்குக் கொண்டுவரப்பட்டதை
உணர்ந்து எச்சரிக்கும் எலிகளை
மிகத் துல்லியமாகக் கொத்திச் செல்லவும் செய்கின்றன

இதமான வளையினுள் சேமித்து வைத்த நெல் மணிகள்
பொன் குவியலாக மின்னுகின்றன
மெல்ல மெல்ல ஊர்ந்து செல்லும் எலி வரிசையில்
ஏதேனும் ஒரு ஜோடி
ஒரு நொடி
திரும்பிப் பார்த்துவிடாதா என்ற ஏக்கத்துடன்

பைப்பரின் மயக்கும் இசை காற்றெங்கும் தவழ்ந்து
கடைசி மணல் துகளையும் சரித்து மூடுகிறது
வளையினுள் நிரந்தர இருள் கவிகிறது.

*

34. ஒரு வேதனைக் காவியத்தின் சில சந்தோஷ வரிகள்

சில சந்தோஷ வரிகள்
உவர் கடலால் சூழப்பட்ட சின்னஞ்சிறு தீவில்
மிக மிகத் தனிமையில் வாழும் ஒருவன்
சந்தோஷமாகத்தான் வாழ்கிறான்.

சூழ்ந்து நிற்பது
எந்தத் திசையிலும் கடந்து
கரை காண முடியாத பெருங்கடலே எனினும்
அந்தத் தன்னந்தனித் தீவென்பது
காலாற நடக்கப் போதுமான
பெரியதொரு மணல் திட்டே
(சிற்றடிகளாக எடுத்து வைக்கும் பச்சிளம் குழந்தைக்குத்
தன் சிறு வீடே
பிரம்மாண்ட உலகம் போல் தெரிவதில்லையா
சிறகைக் குறுக்கிப் பறக்கக் கற்றுக்கொண்ட சிறு பறவைக்குக்
கூண்டே பெரும் வான் விரிவாகத் தெரிவதில்லையா)

சுற்றிலும் சூழ்ந்திருப்பது உப்புத் தண்ணீரே என்றாலும்
தீவில் ஊறும் நீர் அருந்தத் தகுந்ததே
(கடல் நடுத்தீவில் ஊறும் நன்னீரா
என்று ஆச்சரியப்படுகிறீர்களா;

வேண்டாம்.

தீவில் ஊறும் நீரின் உப்பு
கடல் உப்பை விடக் குறைவானது;
மற்றும் அதை விரும்பி அருந்தும் அளவுக்குத்
தன்னந்தனியான மனிதனின்
நாவும் வயிறும் தகவமைப்பு பெற்றுவிட்டிருக்கிறது.
நீங்கள் நிச்சயம் இதற்கு ஆச்சரியப்பட்டுக்கொள்ளலாம்)

B.R. மகாதேவன்

சூழ்ந்திருக்கும் கடல் என்பது
வெறுமனே அலையடித்துக்கொண்டு மட்டுமே இருக்காது.
அகால நேரங்களில் தீவை
முற்றாக மூழ்கடிக்கவும் செய்யும்.
எனவே
தூங்கும்போதும்
மிதவை மேலாடையும்
ப்ராண வாயுக் கலனும்
அணிந்தேதான் இருக்க வேண்டியிருக்கும் என்பதை
பெரும் சிரமம் என்று பார்க்காதீர்கள்

அலை பொங்கி மூழ்கடிக்கும்போது
தேடிப் பிடித்து அணியவெல்லாம் நேரமே இருக்காது.
பாதுகாப்புக் கவசங்கள் ஓரிடத்தில்
நீங்கள் ஓரிடத்தில் என வீசி எறியப்பட்டுவிடுவீர்கள்.
எனவே
உடல் போல் பாவித்து அவற்றைச் சுமப்பதொன்றும்
அவனுக்கு அத்தனை சிரமமல்ல
(இது அவன் வாழ்ந்து கற்ற பாடம்.
அதிகக் கேள்விகள் வேண்டாம்)

இரவு நேர இருள் வானில் உதிக்கும் முழு நிலவை
அவனால் நிமிர்ந்து பார்த்து ரசிக்க முடியாது.
ஏனென்றால் கண் பார்வை சற்று மேலே நிமிர்ந்தால்
கீழே ததும்பும் பெருங்கடலானது
இருண்ட கரும் பூதமாக
ஆழிப் பேரலை நேரத்தில்
அடி ஆழ மண்ணைத் தூர் வாரிக்கொண்டு
பொங்கும் கருங்கடலென அச்சுறுத்திவிடும்.

எனவே
வானில் மெதுவாக ஊரும் நிலவை நிதானமாக ரசிக்க
அவனால் தலை நிமிர முடியாது என்பது உண்மைதான்.
ஆனால்
கடல் அலைகளின் மேலே ஒவ்வொரு அகடு முகடிலும்
ஒரு நிலவு மிதப்பதைப் பார்க்க முடியும்.

ஒரு நிலவு
ஒரு கோடி துண்டுகளாக வெட்டிப் போடப்பட்டது போல்
தோன்றுமே என்று அதிர வேண்டாம்.
ஒவ்வொரு அகடிலும் ஒரு உதயம் நிகழ்வதாக
ஒரு கோடி சந்திரோதயங்கள்
ஒரு சேர நிகழ்ந்துகொண்டே இருப்பதுபோல்
நினைத்துக்கொள்ள முடியும்
(இந்த நிமிடமே
அங்குப் போய்விட வேண்டும் என்று தோன்றுகிறதா...
பொறுமை பொறுமை)

அவனுடைய கனவுகளில்
எப்போதும் கொந்தளித்துக்கொண்டிருக்கும் ஒரு கடல்
ஆனால் ஆழிப் பேரலையில் மிதந்து தப்பும் சிறு படகாக
அவனுடைய தீவு தப்பித்துவிடுவதையும்
அதே கனவில் அவனால் காண முடியும் என்பதால்
அங்கு நிம்மதியாகவே உறங்குகிறான் அவன்

தன்னந்தனி மனிதன் வெண் மணல் பரப்பில்
தனக்குத்தானே வரைந்து ரசித்த ஓவியங்கள்,
எழுதி வாசித்த காவியங்கள்
(எழுத்தாளனே
தன் படைப்பின் ஒற்றை வாசகனாகவும் திகழ்வது
எவ்வளவு பெரிய பேறு பாருங்கள்)
அனைத்தையும் ஒரு நொடியில்
அது அழித்துவிடும் என்றாலும்
நீர் வடிந்த பின்னர் தொடரும் வாழ்க்கை
மேலும் பல ஓவியங்களாக காவியங்களாக
மீண்டும் வரையப்படும்
மீண்டும் எழுதப்படும்.

எனவே
அழியும் காவியங்கள், ஓவியங்கள் பற்றி
நீங்கள் உச்சுக் கொட்ட வேண்டாம்.
(அங்குக் கலைஞனுக்கும் அழிவில்லை.
கலைக்கும் அழிவில்லை)

அந்தத் தீவில்
அவன் தன்னந்தனியாக இருக்கிறானே
என்று வருந்தவே வேண்டாம்.
விரிந்து பரந்து நிற்கும் வெகு தூர வானம்
அவன் பேசுவதையெல்லாம் காது கொடுத்துக் கேட்கும்.
(குறுக்கிட்டோ எதிர்த்தோ
எதுவும் சொல்லவில்லையென்றால்
கவனமாகக் கேட்டு ஆமோதிக்கிறது என்றுதானே அர்த்தம்)
விரிந்து பரந்து கிடக்கும் கடல்
முடிவற்ற தன் உப்புக் காற்றை அனுப்பி
அவனுடைய கண்ணீரைக் காய வைக்கும்
(கண்ணீர்த் தடத்தை ஆற்றும் கடல் உப்புப் படலம்
மேலும் விந்தைதான் அல்லவா!)

மீண்டும் சொல்கிறேன்
உவர் கடலால் சூழப்பட்ட பெருங்கடலின் மத்தியில்
சின்னஞ்சிறு தீவில்
தன்னந்தனியாக வாழும் அவன்
சந்தோஷமாகவே இருக்கிறான்.

அப்படியே
அவன் தன் வேதனையைக் காவியத்தின்
ஒரு பக்கத்தை
ஒரு பத்தியை
ஏன் ஒற்றை வாக்கியத்தை
வாசித்துக் காட்டினாலும்
உங்களுக்கு
அதைப் புரிந்துகொள்ளத்தான் முடியுமா என்ன?

❋

35. தூரத்து நட்சத்திரங்களும் அருகமை சூரியனும்

பிரதிபலிப்பது சுட்டெரிக்கும் சூரியனைத்தான் என்றாலும்
தண்ணொளியால் தழுவுகிறது முழு உலகையும் நிலாக்கள்

தேய்ந்தும் வளர்ந்தும் அது சுற்றிச் சுற்றி வருகிறது
சுட்டுப் பொசுக்கப்படும் சின்னஞ்சிறு உலகங்களை

நம் சூரியன்
நம் அருகில் நின்று சுடும் ஒரு நட்சத்திரம்

அதன் வெம்மையில் இருந்து விலகி நிற்கும் ராக்காலங்களில்
நிமிர்ந்து பார்த்தால் தெரிவது
ஒரு கோடி நட்சத்திரங்கள்

ஒவ்வொன்றும் ஒரு தொலைதூர சூரியன்
(நுட்பமான உடல்களுக்கு
அவை அத்தனை தொலைவுமல்ல)

பால்வீதியின் அத்தனை சூரியன்களுக்கும்
சுட்டுப் பொசுக்க வாகாய்
சுருக்குப் பையில் முடிந்ததுபோல்
எத்தனை அண்மை பூமிகளோ?
அனைத்துக்கும் இருக்குமா ஆதுர நிலவுகள்

கொடுமைதான்
சுற்றிச் சுற்றிவரும் குளிர் நிலவைத் தவிக்க விட்டுவிட்டுச்
சுட்டுப் பொசுக்கும் சூரியனையே
சுழன்று வர வேண்டியிருக்கிறது
அத்தனை சின்னஞ்சிறு பூமிகளுக்கும்

தன் அச்சில் தானே சுழன்று
தப்பித்துக்கொள்ள முடியும் என்றாலும்
எல்லா இருள் நேரங்களிலும் உதிப்பதில்லை
எல்லையற்று ஒளிரும் முழு நிலவும்

❋

36. ஹை ரெசொல்யூஷன் கேமரா காட்சி

உண்மைதான்
உங்களுடைய ஹை ரெசொல்யூஷன் கேமராவில்
காட்சிப்படுத்தப்பட்டிருக்கும் தருணங்களில்
அந்தப் பசுவின் கண்கள்
ரத்தச் சிவப்பில் மிரட்டத்தான் செய்கிறது

காட்சிப் பதிவுகளை
ஒளி ஓவியமாகச் சித்திரிக்கும்
உங்கள் கலை மேதமை
வியந்து போற்றத் தகுந்ததுதான்
அடர்ந்த கானகத்தின் கடும் பச்சைப் பின்னணி

எங்கிருந்து பாய்கிறதென்பது தெரியாத வண்ணம்
பாயும் பொன்னிற ஒளிக் கதிர்கள்
முன்னால்
இந்த மென் காவி நிறப் பசு
ஆக்ரோஷமாகச் சிலிர்த்துச் சீறுகிறது
(ஒருவகையில் இதமான இயற்கைப் பின்னணிக்கு
அருமையான முரணாகவும்கூட
இந்த ஆக்ரோஷம் திகழ்கிறது)

அந்தப் பசுவின் வால் முறுக்கிக்கொண்டு
எதிரியின் கழுத்தை நெரிக்கும்
சுருக்குக்கயிறு போல் மாறத் துடிப்பதை
அருமையாகப் படம்பிடித்திருக்கிறீர்கள்

அந்தப் பசுவின் மென் முடிகள்
அதன் இயல்புக்கு மாறாகச்
சிலிர்த்தெழுந்து நிற்பதையும்
அற்புதமாகக் காட்சிப்படுத்தியிருக்கிறீர்கள்.

தாமரை நிற மென் சதையை மீறி
கன்னங்கரேலென்ற கால் குளம்புகள்
இறுகி நிற்பதையும்
அது எழுப்பும் மண் புழுதியையும்
துல்லியமாகப் பதிவாக்கியிருக்கிறீர்கள்

அதன் கழுத்தில் கட்டப்பட்ட கயிறு அழுத்தி
கசியத் தொடங்கும் குருதிச் சொட்டுகள்
மாணிக்கப்பரல்கள் போல் மின்னுகின்றன.

அந்தப் பசுவை
கொலை வெறி மிகுந்த மிருகமாக
மிகுந்த கலை நயத்துடனும்
தெளிவான ஆதாரங்களுடன்
நிருபித்துவிட்டிருக்கிறீர்கள்

பின்னணியில் ஒட்டிச் சேர்த்திருக்கும்
ஆணவக் கூக்குரல்கள்
எந்தவொரு நுண் செவியையும் ஏமாற்றிவிடக்கூடியவைதான்

காட்சியில் தென்படும் பரபரப்பை மீறி
அந்தப் பசுவின் குரல் அல்ல அது என்பதை
யாராலும் கண்டுபிடிக்கவே முடியாது

அதன் மூர்க்கத்தனமான தலையாட்டலில்
சாதுவான கொம்புகள்
ஒரு வன்முறைக் காவியத்தை
முடிவற்று எழுதிச் செல்வது போலவே
தோன்றச் செய்தும்விட்டீர்கள்

காலகாலமாகப் பசுக்கள்
அமைதியாகவே இருந்து வந்திருக்கின்றன

அவற்றின் இயல்பென்பது
புல் வெளிகளில் மேய்வது
ஆற்று நீரைப் பருகுவது
சிறு மழைக்கும் முகம் குனிந்து ஓடி ஒளிவது
எல்லையற்று மடிக்காம்புகளைச் சுரப்பது
இவை மட்டுமே

இப்படிக் கொலை வெறி கொண்டு தாக்கத் துடிப்பது
அதன் இயல்பே அல்ல
ஒரு சரித்திரம் திசை மாறிய தருணம் அது
பரிணாம இயல்பு மீறப்பட்ட தருணம் அது

இவ்வளவு ஆக்ரோஷத்தை
இத்தனை காலம் அது மறைத்து வைத்திருந்திருக்கிறது
என்பதைக்கூட அம்பலப்படுத்திவிட்டீர்கள்

இனி அந்தப் பசுக் கூட்டம் பார்ப்பவராலெல்லாம்
வேட்டையாடப்படும்
பாவம்
உங்கள் அதி நவீன கேமராவின் சட்டத்துக்கு வெளியே
கழுத்து அறுபட்டுத் துடித்துக்கொண்டிருக்கிறது
அந்தப் பசுவின் பச்சிளம் கன்று

கன்றின் கழுத்தில் இருந்து தெறிக்கும்
ரத்தத் துளிகளைத் தாங்க முடியாமல்
நடுங்குகின்றன பச்சைப் பசும் புல் நுனிகள்
(இவையும் காட்சிப் புலத்தினுள் வரவில்லை)

ஒரு கையில் கேமராவுடன்
இந்தக் காட்சியை நீங்கள் பதிவு செய்ய
உங்கள் உதவியாளர்
கன்றின் குரல் வளையை
ஸ்லோமோஷனில் அறுக்கிறார்

கன்றின் கால்கள் விலுக் விலுக்கெனத் துடிக்கின்றன
அதை அவர் அழுத்திப் பிடித்துக்கொள்கிறார்
உங்கள் கேமராவின் சட்டத்துக்குள் தெரிவது
ஒரு தாய்ப் பசுவின் பதைபதைப்புதான்

அதை நீங்கள்
கொலைகாரப் பாய்ச்சலாக அருமையாகச்
சித்திரித்துவிட்டீர்கள்

உங்கள் விஞ்ஞானக் கருவிகளின்
தொழில் நுட்ப மேன்மை
உங்கள் கலை மேதமை
இவற்றையெல்லாம் விட மித மிஞ்சியது,
கன்றின் மரணம் கண்டு பரிதவிக்கும் தாய் பசுவையே
கொலைகார மிருகமாகச் சித்திரித்துவிட்ட
உங்கள் அரசியல் சாதுரியம்தான்

ஆனால்
உங்கள் தந்திரத்தின் வெற்றிக் களிப்பில்
ஒரு விஷயத்தைக் கவனிக்கத் தவறிவிட்டீர்கள்

பசுவைக் கட்டிப் போட்டிருக்கும்
முளைக்கம்பு அடித்து ஊன்றப்பட்ட நிலம்
அங்குலம் அங்குலமாய்ப்
பெயரத் தொடங்கிவிட்டிருக்கிறது

உங்கள் கடவுளால்கூட
உங்களைக் காப்பாற்ற முடியாது
ஏனென்றால்
உங்கள் கடவுளின் குடலையுமேகூட
உருவி மாலையாகப் போட்டுக்கொள்ளத்தான் போகிறது
கன்றைக் கண் முன் பறிகொடுத்த தாய்ப் பசு

*

37. இருள் வானில் அலையும் க்ருஷ்ண பருந்து

முன்னொரு காலத்தில்
தெளிந்த நீர் மட்டுமே தேங்கியிருந்தது
திருக்கோவிலின் தெப்பக்குளத்தில்

மூவர்ண காயத்ரி மந்திரங்கள்
முப்போதும் எதிரொலித்தன
முடிவற்ற அலைகள் அடிக்கும் படித்துறைகளில்

ஹோமப் புகைகள் வான் கலந்து
பருவம் தவறாது வரவழைத்தன
நிறை சூல் மேகங்களை

புனிதச் சடங்குகளின் ஓர் அங்கமாக இருந்தது
பொற்றாமரைக் குளத்து நீராடல்

தெப்பக்குளத்துப் பின் மாலை வீடுகளில்
சிறுமஞ்சள் நிலவுகளாய் நின்றொளிர்ந்தன
முன் மாட விளக்குகள்

பொற்றாமரைக் குளத்தில் நீந்திய மீன்களுமே
புண்ணியம் செய்திருந்தன
இயல்பான மரணத்தையே எப்போதும் தழுவின அவை

தெப்ப மண்டப மறை வெளிகளிலும்
வெண் புறாக்களே கூடுகள் கட்டின
உற்சவ காலங்களில்
மூவலம் வந்தது ஒரு கிருஷ்ண பருந்து
பொற்றாமரைக் குளத்துப் பாம்புகளின் பல்லில்
சேகரமானதே இல்லை ஒரு துளி விஷம் போலும்

மண் வழித்தடங்களெல்லாம்
திருக்கோவில் தெப்பக்குளம் நோக்கியே நீண்டன
குளம் வந்து சேகரமாகிய
மழைக்கால நீர்த்துளிகள் எல்லாம்
தப்பாமல் விளைவித்தன
முப்போக வயல்களையெல்லாம்

கால்வாய்களின் கரையோரப் புல்வெளியில்
மணிக்கழுத்தசைய மேய்ந்தன மடி கனத்த பசுக்கூட்டம்
நான்கு எல்லை மந்தைவெளிகளிலும் எதிரொலித்தன
காவல் தெய்வங்களின் களியாட்டப் பாடல்கள்

எப்படிப் பச்சைப் பாசிகள்
படியத் தொடங்கின என்றே தெரியவில்லை

எப்படி வந்து அமர்ந்தது
தெப்ப மண்டபத்தின் உச்சியில்
மேல் திசையிலிருந்து
ஒற்றைக் கண் கழுகு என்றும் தெரியவில்லை
(அதன் நிழல் பார்த்தே நடுங்கத் தொடங்கின
பாரம்பரியக் குளத்துப் பரல் மீன்கள்)

அதன் பின் வாய்க்கால்கள்
மண் தூர்ந்து மூடத் தொடங்கின
(உரிய நேரத்தில்
உள்ளும் புறமுமாக
புதிய நீர் புகுந்து
பழைய நீர் கழிய உதவியவை அவை)

குளக்கரையின் குழி விளக்குகளும்
மண்ணிட்டு மூடத் தொடங்கின
(தெப்ப உற்சவங்களில்
பொன் நட்சத்திரங்களென மின்னின
குழி விளக்கின் செஞ்சுடர்கள்)

B.R. மகாதேவன்

நவீன அழுக்குகள் கலக்கத் தொடங்கியதை அடுத்து
பாரம்பரிய மீன்கள் செத்து மிதக்கத் தொடங்கின

மெல்ல நாற்றமெடுக்கத் தொடங்கியது
பொற்றாமரைக்குளம்

புனிதச் சடங்குகள் அற்றுப் போயின
பொற்றாமரைக்குளத்தினில்

ஊர் நீங்கும் செம்மண் சாலைகள்
தார்ச் சாலைகளாகின
இன்றைய
தெப்பக்குளத்து வீடுகளில்
ஒன்றிலும் இல்லை சிற்றகல் மாடம்

வாகன நிறுத்தமாகி
மண்ணிட்டு மூடப்பட்ட தன் பொற்றாமரைக்குளம் தேடி
முடிவற்ற இருள் வானில் மிதந்தலைகிறது
முதுமையுற்ற ஒரு கிருஷ்ண பருந்து

அதன் கண்ணோரம்
எல்லையற்ற அலைகளுடன் ததும்புகிறது
நம் பொன் தாமரைக்குளம்.

*

38. மூழ்கிய கப்பலும் மின்னும் வைரமும்

அதி உயர் வானத்தில்
அம்பு தைத்த தருணத்தில்
அசைவற்று நிற்கும் பறவை போல்
அலையற்ற நடுக்கடலில் உறைந்து நிற்கிறது
அநாதிப் படகு

முடிவற்று நீள்கிறது அந்தக் கணம்

நட்சத்திர ஞானம் கொண்டு வழிகாட்டியவர்கள்
சுக்கான் பிடித்து வழிநடத்தியவர்கள்
வாகான இருக்கைகளில் அமர்ந்து பயணம் செய்தவர்கள்
தோள் வலிமை கொண்டு துடுப்பு வலித்தவர்கள்
அனைவருக்குமான அடிப்படைத் தேவைகளை
அன்புடன் நிறைவேற்றியவர்கள்
அக்கரை சென்று சேர்வதே / சேர்ப்பதே
ஒற்றை இலக்கெனக் கொண்டு
ஆரம்பிக்கப்பட்ட அரும் பயணம்
இன்று அசைவற்று நிற்கிறது
ஆழம் காண முடியா இருள் கடலில்

மேலடுக்கு
நடு அடுக்கு
கீழடுக்கு என தனித்தனியாய் இருந்த அனைத்தையும்
இணைத்துக் கோர்த்திருந்தது ஒற்றைப் பெரு மரம்
எந்தக் கொடும் மழையிலும் மூழ்கியதில்லை
அந்தப் பெருங்கலம்
எந்தப் புயல் காற்றிலும் கிழிந்ததில்லை
அதன் பாய்மரங்கள்
காரிருளிலும் வழிகாட்டின
அதன் அணையாத தீப்பந்தங்கள்

B.R. மகாதேவன்

கடந்த காலக் கடல் இருண்டு மூடிக்கொண்டுவர
எதிர்காலக் கடலும் விரிந்து வழிவிட
ஒளிரும் தங்கத் தெப்பமென
நிகழ் கணத்தில் நீர் கிழித்துச் சென்றுகொண்டிருந்தது
நித்தியத்துவத்தின் நீள் படகு

தவிர்க்க முடியாத தொடர் பயணத்தில்
துரதிருஷ்டவசமான தருணமொன்றில்
முயல் குட்டிபோல் தலைமட்டும் நீட்டிக்கொண்டிருந்த
நவீனப் பனிப் பாறை ஒன்றின்மீது மோதியேவிட்டது
பாரம்பரியப் பெரும் படகு

குளிர் இரவிலும் கண் முழித்துக் காவல் காத்தவர்கள்
கண்ணசந்த நேரத்தில் நிகழ்ந்ததோ
ராட்சச உடல் மறைத்து
சிறு நுனி மட்டுமே நீட்டிக் கொண்டிருந்த அதை
அலட்சியத்துடன் கடக்க நினைத்தனரோ என்னவோ
நிகழ்ந்தேவிட்டது தவிர்த்திருக்கவே இயலா கோர விபத்து

முதலில் மரக்கலத்தின் கீழ்த் தளத்தை
ஊடறுத்துச் சென்றன
பனி மலையின் ஈட்டி முனைகள்
ஆதார சக்தியாய் அடித்தளத்தில் இருந்து
பேராற்றலுடன் சுழன்று இயங்கிய பிரம்மாண்டச் சக்கரங்கள்
தட்டுத் தடுமாறி நின்றன பெரும் சப்தத்துடன்

முன் பாரம் பின் பாரம் சமமாய் ஏற்றப்பட்டுச்
சமநிலை நிறுத்தப்பட்ட சனாதனப் படகினுள்
ஊடுருவத் தொடங்கியது
உடம்பை உறைய வைக்கும் உவர் நீர்

தூக்கம் கலைந்து எழுந்தவர்கள்
கால் வைக்க நேர்ந்தது கருங்கடலில்

ஓசையற்றுச் சரிந்தன உணவுத் தட்டு வரிசைகள்

உயிரைக் கையில் பிடித்தபடி ஓடுகிறார்கள்
மிதக்கும் மயானத்தின் ஒரு கோடியிலிருந்து மறுகோடிக்கு

நிலமோ நிழல் மரமோ அற்ற நெடுங்கடல் பயணத்தில்
இறகு களைத்த நாடோடிப் பறவைகளுக்கு
இளைப்பாற இடம் தந்த
அந்தப் பாரம்பரியப் பெரும் கலத்தின்
கொடிக்கம்ப உச்சியில் இப்போது அமர்ந்திருப்பது
கோரக் கண்கள் கொண்டு உற்றுப் பார்க்கும்
ஒற்றைக் கரிய பறவை மட்டுமே
உலக இருள் முழுவதையும் உருட்டிச் செய்த கருமை
மின்னுகிறது அதன் இறகுகளில்
தீப்பந்தங்கள் ஒவ்வொன்றாக அணைகின்றன.
கடலலையில் மிதக்கின்றது கைவிடப்பட்ட குழந்தையின்
பொம்மை தெய்வம்

சிலையாய் உறைந்து நிற்கும் பழைய தெய்வங்களின்
கழுத்தளவுக்கு உயர்ந்துவிட்டது கடல் நீர்

கைக்குக் கிடைத்த
பிடிமானத்தைப் பிடித்தபடி ஒலிக்கின்றன
இறுதிப் பிரார்த்தனை மந்திரங்கள்

வீணைகளின் தந்திகள் அறுபடுகின்றன
புல்லாங்குழலினுள் ஊடுருவுகிறது உவர் நீர்
இறுதி உதயத்தை எதிர்நோக்கி
இசைக் கருவிகள் எழுப்பும் பாடலின் மீதும்
படியத் தொடங்குகிறது கடல் உப்பின் கரிப்பு

தொலை தூரக் கரைகளுக்கு
அபாய நிலையை அறிவிக்க
இருண்ட வானில் நீட்டப்பட்ட இறுதி நம்பிக்கையின்
வண்ண மத்தாப்புக் கரங்கள்
யாராலும் பார்க்கப்படாமல் போகின்றன

B.R. மகாதேவன்

பாதுகாப்புப் படகுகளில்
ஏறித் தப்பிய மேலடுக்குப் பயணிகள்
சற்று தொலைவில் நின்று வேடிக்கை பார்க்கின்றனர்
சணல் மூட்டை நுனி கிழிந்து
மெல்லிய அருவியாய்ப் பொழிகிறது முடிவற்ற வாய்க்கரிசி
மூழ்கவே மூழ்காது என்றுதான் சொல்லப்பட்டது
மூழ்கவே மூழ்காது என்றுதான் நம்பப்பட்டது

மீட்சிப் படகுகள் வந்து சேரும் வரையில்
பிழைத்திருக்கப் போவதில்லை
எந்தவொரு விசுவாசமான உயிரும்

ஆழம் காண முடியா அலைகடலினுள்
முடிவற்று மூழ்கத் தொடங்கிவிட்டது
பழமையின் பொன் தகடுகள் வேய்ந்த பிரம்மாண்டப்
படகு

உடைந்த மரக்கட்டையைப் பிடித்து
உயிர் தப்பும் ஒற்றை உயிரின் கைகளில்
பத்திரமாய் சென்று சேர்ந்திடுமா
பாரம்பரியத்தின் வைரக்கல்

*

39. வள்ளலார் இறைச்சிக்கூடம்

வாடிய
பயிரைக்கண்டே வாடியவரின்
வம்சாவளி நீங்கள் என்பதால்
நம்பிக்கையுடன் வைக்கிறேன் ஒரு வேண்டுகோள்
ஒரு பாவமும் செய்யாத...
சரி,
சிறு பாவம் செய்யும்
எம் இனத்தைக் கொன்று குவிப்பதை நிறுத்துவீர்களா ?

சற்று விரிவாகவே எங்களைப் பற்றிச் சொல்கிறேன்.

எங்களுக்குச் சிறகுகள் உண்டு
என்றாலும்
எங்களைப் பறவையாக ஒப்புக்கொள்வதில்லை நீங்கள்

எங்கள் இனத்தின் ஆண் பறவைகள் எல்லாம்
எப்போதும் அருந்துவது இனிய தேன் துளிகளை மட்டுமே
பெண் பறவைகளுமே பிரசவ காலத்தில் மட்டுமே
கூடுதல் புரதம் தேடியே உறிஞ்சுகிறார்கள் உங்கள் உதிரத்தை

அதற்காக நீங்கள் எங்களைக் கொத்துக் கொத்தாகக்
கொன்று குவிக்கிறீர்கள்
பிற உயிர்களையும்
தம் உயிர் போல் எண்ணச் சொல்லும்
திருவள்ளுவரின் வழித்தோன்றல்கள் நீங்கள்
அதனால்
மன்றாடிக் கேட்கிறோம்
திருந்துவீர்களா இனியேனும்
நாங்கள் உங்கள் தானியங்களைத் தின்று தீர்ப்பதில்லை
உங்கள் பயிர்களை அரித்து அழிப்பதில்லை
எம் கர்ப்பிணிப் பறவைகள்
உம்மிடம் யாசிப்பதெல்லாம்
ஒரே ஒரு சொட்டு உதிரம் மட்டுமே

B.R. மகாதேவன்

தேவைக்கு அதிகமாக உறிஞ்சிக்கொள்ள
யாம் கற்றுக்கொள்ளவில்லை
கற்றுக்கொள்ளப்போவதும் இல்லை

நும்மிடமிருந்து உறிஞ்சுவதும்
ஒரு கோடித் துளிகளில் ஒற்றைத் துளி மட்டுமே

இன்னொன்று தெரியுமா
கடிக்கும் எங்களைத்
தானாகவே பறந்துபோக விட்டுவிட்டால்
எரிச்சலே இருக்காது உம் உடம்பில்

வலி தெரியக்கூடாதென்று
சிறிய அளவு உணர்விழப்பு திரவம்
செலுத்திய பின்னே கூர் ஊசியைச் செலுத்துவோம்

உயிர்ப் புரதம் கொடுக்க விருப்பமில்லையெனில்
உடனே விரட்டிக்கூட விடலாம்.
தவிர்க்கக்கூட முடியும்
ஆனால் மின்சார வலைகொண்டு
பட் பட் என்று அடித்துக்கொல்கிறீர்கள்
பாவப்பட்ட கர்ப்பிணிப் பறவைகளை

பசுக்கள் கொசுவை விரட்ட
சவுரி குஞ்சலம் வைத்த தம் வாலைப் பயன்படுத்துகின்றன
நீங்களும் வைத்துக்கொள்ளலாம்
கையில் ஒரு விசிறி
அல்லது
உதிர்ந்த மயில் பீலி

சில மலர்ச்செடிகள் விரட்டிவிடும்
இந்தச் சின்னஞ்சிறு பறவைகளை

யாம் கடிப்பதால் நோய் பரவுவது உண்மையே
ஆனால்
நன்னீரில் வாழும் நற்குடிகள் நாங்கள்
எம் காலில் ஒட்டிக்கொள்ளும் கிருமிகள் எல்லாம்
உம் சாக்கடைகளில் உற்பத்தியாகிறவையே
எம் கூர் மூக்கில் ஒட்டிக்கொள்ளும் வைரஸ்கள் எல்லாம்
நும் உதிரத்தில் இருக்கும் நோய்க்கிருமிகளே

கைவிடப்படும் காவல் தெய்வங்கள்

காலம் பூராவும்
தேன் உண்டு வாழும் எம் பெண் பறவைகள்
சூரியன் அஸ்தமிக்கும் நேரத்தில்
மஹாலட்சுமி வரும் நேரத்தில்
வாசல் கதவை அடைக்க வைப்பது பெரும் தவறுதாம்

நும் வியர்வை சுரப்பிகளை அடைக்கும்
வேதிப் பசைகள் தடவிக்கொள்ள வேண்டாம்

நும் சுவாசம் அடைக்கும் விஷப்புகையும்
போட்டுக்கொள்ள வேண்டாம்

வலை ஆடையைத் தைத்துக்கொள்ளலாம்.
உடலில் எண்ணெய் தடவிக்கொள்ளலாம்
சில மலர்ச்செடிகளை நடலாம்

ஒரு கிண்ணத்தில் சிறிது உதிரத்தை/புரத திரவத்தை
ஜன்னல் ஓரம் வைக்கலாம் இளஞ்சூட்டுடன்
இதைப் பருக கற்றுக்கொள்வோம் விரைவில்

ஒரு நொடி...
ஒரு நொடி நினைத்துப் பாருங்கள்

இப்போது செய்யும் தவறுக்கு நீவிர்தான் நாளை
கொசுவாய்ப் பிறப்பீர்

ஒரு உயிரை நேசிப்பவர் எல்லா உயிரையும் நேசிப்பார்
ஒரு உயிரை வெறுப்பவர் எல்லா உயிரையும் வெறுப்பார்
அன்பிற்கு அடைக்கும் தாழ் இல்லை
ஆள் பார்த்து வெளியிடும் அன்பு அரைகுறையானது
ஆத்மார்த்தமான அன்பென்பது அனைத்தையும் நேசிப்பதே

நீங்கள் வள்ளுவரின் வழித் தோன்றல் என்பதால்
நீங்கள் வாடிய பயிரை கண்டு
வாடியவரின் வம்சத்தினர் என்பதால்
இறைஞ்சிக் கேட்கிறோம்

*

B.R. மகாதேவன்

40. நேர்ந்துவிடும் வெள்ளாட்டுக்குட்டிகள்

திந்நீறு இட்டு விடும்மா என்று
அழுகிறான் குட்டிப் பையன்
மதம் மாறியது புரியாமல்

○

முழு உடம்பும் போர்த்தி நடக்கும்
கறும் பூதங்கள் கண்டு மிரளுகின்றன
சன்னதித் தெருவின் காவிப் பசுக்கள்

○

சிலுவை வடிவில் முள் கம்பி கொண்டு கீறப்பட்ட
காயத்தை
எட்டிய மட்டும்
எஞ்சிய உமிழ் நீர் கொண்டு ஆற்றிக்கொண்டிருக்கிறது
எல்லோராலும் கைவிடப்பட்ட கோயில் காளை

○

கிழக்குத் திசை பேரொளியை மறைத்தபடி
பேரோலத்துடன் நடக்கின்றன திசை அதிரத்
தொழுகைகள்
பாழான நெற்றிகளில் படருகிறது ஆறாக் கருந் தழும்பும்

○

மூலத் திருமேனி திருடு போனது தெரியாமல்
போலிச் சிலை முன் விழுந்து கும்பிடுகிறது
அப்பாவி பக்தர் கூட்டம்

○

கைவிடப்படும் காவல் தெய்வங்கள்

அயல் நாட்டு அருங்காட்சியக கண்ணாடிக் கூண்டுக்குள்
அபிஷேக ஆராதனையற்று அடைபட்டுக் கிடக்கிறார்
எல்லாம் வல்ல எம்பெருமான்

O

திறக்கப்படாத அறைகளுக்குள்
திருடு போகாமல் இருப்பதாக நம்பப்படுகின்றன
திரு ஆபரணங்கள்

O

போக்குவரத்து நெரிசல் மிகுந்த தெருவில்
பத்தோடு பதினொன்றாய் செல்கிறது
எம் பெருமானின் பழங்கால வாகனம்
கார்ப்பரேஷன் லாரி முதல்கொண்டு
ஹார் அடித்து மிரட்டுகின்றன
ஓரமாய் ஒதுங்கிச் செல்லும்படி

O

நவீன தங்க ரதத்துப் பொன் ஒளியின் முன் மங்குகிறது
பாரம்பரிய ஆராதனை தீபத்தின் ஆன்மிகச் சுடரொளி

O

தலை குனிந்து நிற்கும் அறநிலையத் துறை அதிகாரிக்கு
ஆசி வழங்க மறுக்கிறது
இரவுகளிலும் முழித்திருக்கும் இறைவனின் யானை

O

குலதெய்வக் கோயில் நோக்கிய ஒற்றையடிப் பாதையில்
முள் புதர்களை வெட்டிக்கொண்டு
முன்னேறும் குடும்பத்தை நம்பியபடி
துள்ளிக் குதித்து ஓடி வருகிறது
நேர்ந்துவிட்ட வெள்ளாட்டுக்குட்டி

*

41. தக்கன வாழும்

இயல்பான பருவ கால மாற்றங்களினால்
மீண்டும் உருவாகியிருக்கிறது
வழக்கமான வெற்றிடம்

தொடர் சுட்டெரிப்பைத் தாங்க முடியாத
சுற்றுப்புறக் காற்று
சூடாகி மேலேறிச் சென்றுவிட்டது

தொலைதூரத்தில் கருக்கொண்ட குளிர் மேகக்கூட்டம்
வெற்றிடத்தை நிரப்ப ஓடோடி வருகிறது

அது
தளர்ந்து விழும் மென் விலங்கை
விழுங்கப் பாயும் ஓநாயா..?
வழி தவறிய கன்றைத் தேடி ஓடிவரும்
மடி கனத்த பசுவா?

வெள்ளமாக மூழ்கடிக்கப் போகிறதா
தாய் நிலத்தின் தரை முழுவதையும்?
வளமான வண்டலைக்கொண்டு
வயல் வெளியெங்கும் நிரப்பப் போகிறதா?

பெருமழைக் காலத்தை
முங்கித் தப்பிக்கும் பாரம்பரியப் பயிர்களின் விதை
இன்னும் மிச்சம் இருக்கிறதா நம்மிடம்
நட்டு வளர்க்கும் மரங்கள் அனைத்தையும்
தாய் மண்ணோடு வேர்பிடிப்புக்கொள்ள வைத்தால்
தொட்டிலைப் போல் தாலாட்டிவிட்டுச் சென்றுவிடும்
தொடர்ந்து வரும் எந்தப் பெரும் புயலும்

நீர்நிலைகளைத் தூர்வாரி வைத்துக்கொண்டால்
இளம் தாயின் மார்பு போல் நிரம்பித் ததும்பச் செய்யும்
(சினம்கொண்ட நாகம் போல் சீறச் செய்யாது)

கோயில்களின் கருவறையின் புனிதம் காத்து நின்றால்
செயற்கை விளக்குகள் எல்லாம் அணையும் காலத்தில்
இருள் சூழ் உலகுக்கு வழிகாட்டியிருக்கும்
அங்கு எரியும் சின்னஞ்சிறு அகல் விளக்கு

கைவிடப்படும் காவல் தெய்வங்கள்

பிரம்மாண்டப் பிரகாரங்களின் நெல் குதிர்களைப்
பொறுப்புடன் பராமரித்தால்
தேரோடும் திருவீதிகளின் கல் மண்டபங்களில் எல்லாம்
நிரம்பி நிற்கும் கஞ்சித் தொட்டிகள்

பறவைகளால் வளர்ந்த காடுகளைப்
பரிவுடன் பாதுகாத்தால்
சிறகு நனைந்த பறவைகளுக்குத்
தன் பன்மைக் கைகளை
அகல விரித்து அடைக்கலம் தரும்
(முடக்கப்படும் காலத்தில்
குறைவாகவே பசிக்கும் வயிறுதான்
எல்லா உயிர்களுக்கும்)
அடித்துச் செல்லப்படும் ஆவினங்கள்
மரபணுவில் பொதிந்த நீச்சல் கலையை
மறக்காமல் மீட்டெடுத்தால்
பாதுகாப்பான கரைகளில் ஒதுங்கிவிட முடியும்

இருள் பொந்துகள் நீரால் நிரம்பிவிடும் என்றாலும்
ஊர்வனவற்றுக்கான தக்கைகள்
மிதந்துகொண்டுதான் இருக்கும்
எல்லா தாழ்வான வெள்ளப் பகுதிகளிலும்

தோப்புகளுக்குள் கேட்கும் இறுதிக் கூக்குரல்
கொஞ்சம் நெஞ்சை அறுக்கும் என்றாலும்
தக்கனவற்றுக்குத்தானே பெருந்தரணி

பெரு மழையிலிருந்து தப்ப வேண்டுமென்றால்
ஆவினங்கள் செய்ய வேண்டியது
அன்பான அறிவான யாதவனை அடையாளம் கண்டு
அவன் பின் அணி திரள்வது மட்டுமே
மேடான பகுதியில் நிற்கும் அவனிடம்
கேட்டுத் தெரிந்துகொள்ள வேண்டும்
அடுத்த கரையோரக் குடியிருப்பை
எங்கே கட்ட வேண்டும் என்பதை

பாரம்பரியப் பாடலை இசைக்கும்
அவனே வழிகாட்டி
ஆவினங்களையும் காக்கும்
அவன் சொல்லே வேதம்

❋

42. வள்ளுவர் மட்டன் ஸ்டால்

யானைகள் நேசிக்கப்பட வேண்டியவைதான்
யானைகளுக்கு நேர்பவை
தாங்க முடியாத வேதனையைத் தருபவைதான்
ஆனால் அதைச் சொல்ல
உங்களுக்கு அருகதை இருக்கிறதா?

கஜமுகனை வணங்கும் சமூகம்
காட்டுத் தடி தூக்க வைத்த போலித்தனம்
விமர்சிக்கப்படவேண்டியதுதான்

கஜமுகனின் கோயிலிலேயே
கஜராஜனைக் கட்டிப் போட்டதுமே பெரும் தவறுதான்

அதன் வாழிடங்களை அழித்து வயல் வெளிகளாக்கியது
வழித்தடங்களில் கிராமங்கள் கட்டிக்கொண்டது
எல்லாமே தவறுதான்
இருந்தும்
கோயில் யானைக்காக நீங்கள் சிந்தும் கண்ணீரில்
உப்பு இருக்கிறதா நியாயம்மாரே

சிறகிருந்தும் பறக்கத் தெரியாத கோழிகளின்
மென்மையான கழுத்தை
காய்ப்பேறிய உங்கள் கைகளால்
நெரித்துக் கொல்பவர்கள் நீங்கள்
(அதன் உடல் உங்கள் கைகளில் துடிதுடிப்பதைச்
சிரித்த முகத்துடன் ரசிப்பவர்கள் நீங்கள்)
கண் திறக்காத குஞ்சுகளைக்
கொதிக்கும் எண்ணெயில் பொரிக்கக்கூடியவர்கள்

கொம்பிருந்தும் முட்டத் தெரியாத ஆடுகளைப்
பசுந்தழை நீட்டி நம்ப வைத்துக்
கழுத்தறுத்துக் கொல்பவர்கள் நீங்கள்
(ரத்தம் வடியும்வரை புனித மந்திரங்களும் ஓதுவதுண்டு)

நீங்கள் சுவாசிக்கும் காற்றைச் சுவாசிப்பதே பாவம் என்று
நீருக்குள் ஓடி ஒளியும் மீன்களை
வலை வீசிப் பிடிப்பவர்கள்
(அவற்றைத் தரையில் போட்டுத்
துடிதுடித்துச் சாவதை கைதட்டி ரசிப்பவர்கள்)

மடி சுரக்கும் தாயை வெட்டித் தின்பவர்கள்
அம்மா என்று அரற்றும் கன்றைக் கொன்று புசிப்பவர்கள்

உங்கள் மலம் தின்று வாழும் பன்றிகளையும்
மண்டையில் அடித்துக் கொன்று தின்பவர்கள் நீங்கள்

யானைகள் நேசிக்கத் தகுந்தவைதான்
அவற்றுக்கு நேர்பவை
தாங்க முடியா வேதனை தருபவைதான்
ஆனால் அதைச் சொல்லும் அருகதை
உங்களுக்கு இருக்கிறதா
ஊன் தின்று உடல் வளர்க்கும் அற்பப் பதர்களே
ஒரு நேர மாமிச உணவைத் துறக்க முடியுமா உங்களால்?

அன்பின் அத்தர் எவ்வளவு பூசினாலும் நாறுகின்றன
ஊன் தின்று கொழுத்த உங்கள் உடல்கள்
எவ்வளவு ரட்சிப்பு வார்த்தைகள் எழுதி இறைத்தாலும்
எட்டிப் பார்க்கின்றன கூர் நகங்கள்

வேட்டை நாய்களே எதற்காக வேஷம் போடுகிறீர்கள்?

நீங்கள் யானையை வெட்டித் தின்பதில்லை
(பழக்கமில்லை) என்பதாலேயே
அவற்றின் வேதனை குறித்துப்
புலம்பும் யோக்யதை வந்துவிடுமா என்ன?

போங்கள்
வள்ளுவரின் வாரிசுகளே போங்கள்
போய் உங்கள் வீட்டு முற்றத்தில் கட்டிப் போட்டிருக்கும்
அடுத்த அப்பாவி விலங்கை வெட்டி விழுங்குங்கள்.

கோயில் யானைக்கு இழைக்கப்படும் மாபெரும் கொடூரம்
நீங்கள் வாசிக்கும் இந்தக் கேவலமான இரங்கற்பாதான்

✻

B.R. மகாதேவன்

43. நாத்திகப் பிச்சைக்காரன்

கோயிலில் ஏற்றப்படும் ஒரு அகல் விளக்கு
குயவரின் வீட்டு இருளைப் போக்குகிறது.

சுவாமிக்குச் சார்த்தப்படும் பூமாலை
பூ கட்டுபவரின் வீட்டில் நறுமணத்தை நிரப்புகிறது

திருமேனியில் ஊற்றப்படும் ஒரு செம்பு பால்
இடையர் குடும்பத்தின் பசியைப் போக்குகிறது.

நேர்ச்சை மரத்தில்
தொட்டில் கட்டுபவரின் காதில் ஒலிக்கிறது
பிஞ்சுப் பாதத்தின் வெள்ளிக் கொலுசொலி
அந்த மரத்திலிருந்து வீசும் நம்பிக்கைக் காற்றே
ஆடச் செய்கின்றன கட்டுபவரின் வீட்டுத் தூளிகளை

பிரகாரமெங்கும் எழும் கல் சிற்பங்கள்
சிற்பிகளின் வளமான வாழ்வைச் செதுக்குகின்றன

திருவிழாக்கூட்டத்தில் நில்லாமல் சுழலும் ராட்டினம்
மீட்டுத் தருகிறது ராட்டினக்காரரின் முடிவற்ற பால்யத்தை

ஊர் கூடி இழுக்கும் தேர்
உருளச் செய்கிறது பக்தர்களின் வாழ்க்கைச் சக்கரத்தை

கோபுர வாசலில் கும்பிடாமல் உட்கார்ந்திருக்கும்
நாத்திகப் பிச்சைக்காரருக்கும்
நல்வாழ்வு கொடுக்கிறான்
நடுநாயகமாய் விளங்கும் நம்பெருமான்.

*

44. பூத்துக் குலுங்கும் நிராசைகள்

பூத்துக் குலுங்குகிறது
நிறைவேறாத ஆசைகள் நடப்பட்ட
எளியவனின் குட்டித் தோட்டம்

விரக்தித் தேனுறிஞ்சும்
தனிமைப் பொன் வண்டுகள்
கனவுத் துகள்களை காலில் சுமந்தபடிச்
அலைந்துகொண்டிருக்கின்றன
ஒரு பூவிலிருந்து மற்றொன்றுக்கு

நிராதரவின் பறவைகள்
மரக்கிளைகளில் மறைந்தபடி பாடிக்கொண்டிருக்கின்றன
நெடிய கழிவிரக்கத்தின் பாடல்களை

மலட்டு வெண் மேகங்கள் கடந்து செல்லும்
எளியோனின் வெம்பாலையில்
நிழல் என்பதும் கிடையாது
மழை என்பதும் கிடையாது

நிலவொளியில் நனையும் இலைகளை வருடிச் செல்லும்
பெருமிதப் பெருங்கருணையின் அதிகாலைக் காற்று
சிறு சிறு புன்னகைத்துளிகளை உயிர்ப்பிக்கும்
என்றாலும்
கை நழுவிப் போகும் வாழ்க்கையின்
ஏக்கக் காற்று வாரி இறைக்கும் நினைவுத் தூசிகளால்
மூடுண்டு கிடக்கும் இலைப்பரப்பில்
அவை ஒரு நொடியும் ஒட்டாமல் உருண்டோடிவிடும்.

B.R. மகாதேவன்

தொலைதூரக் கோட்பாட்டு சூரியன்களின்
மிக மங்கலான ஆதரவு ஒளி
எந்த உரிமையின் பச்சையத்தை உருவாக்கித் தர முடியும்
எந்த எளியவரின் வாழ்க்கைத் தோட்டங்களில்

வெட்டி வெட்டிப் பதியனிடப்படும் சிறு செடிகளின்
புதிய வேர்கள் அடி ஆழம்வரை போய்
உறிஞ்சும் சிறு சொட்டு சுயமரியாதையையும்
கொடுங்கரங் கொண்டு அபகரிக்கும் மேட்டிமைச் சூரியன்
மிக அருகில் கனலும் தேசமன்றோ எல்லா
கருணையின் தேசங்களும்

இதனால்தான்
தன் அடையாளத்தின் இளந்தளிரிலைகளையே
இறுக்கிக்கொள்கின்றன சில எளிய செடிகள்
(உலகம் அதையோ முட்கள் என்று பழிக்கும்)

முள் வேலிகளுக்குள் அடைபட்டவைதான்
ஏழைகளின் தோட்டங்கள்
கடின உழைப்பின் பலன் தேடி
வேர் ஊடுருவும் நிலங்களில் எல்லாம்
முளைக்கும் கற்பாறைகள்
எந்த உறவுத் தேனீயும் உறிஞ்சிச் செல்லாமல்
நெறி கட்டி நிற்கும் எளிய மலர்களின்
கண்ணீர்த்துளிகள்
எந்த வண்ணத்துப் பூச்சியின் காலிலும் ஒட்டியிருக்காது
எளிய மலர்களுக்கான மகரந்தத் தூள்கள்

உருப்பெருக்கி கொண்டெல்லாம் பார்க்க வேண்டியிராத
அவற்றின் வேதனையின் நரம்பிழைகளில்
ஓடும் திரவத்தின் சுவை உப்பென்பதை
சுவைக்காமலே புரிந்துகொள்ள முடியும்
(தூய வெண் படுகைபோல் அடர்ந்து படர்ந்து நிற்கும்
அந்த வலிகளின் வீழ் படிவுகள்)

கைவிடப்படும் காவல் தெய்வங்கள்

காயங்களின் மங்காத மடல் தடங்கள் கொண்டே
யூகித்துவிட முடியும்
சிறு செடிகள் உதிர்த்துவந்த துயரத்தின் நீள் கிளைகளை

நத்தை போல் உயரும் மகரந்தத் தூள் பைகளைவிட
எட்டாத உயரத்துக்கு
நெடுநெடுவென வளர்ந்துவிட்டிருக்கும் மகரந்தத் தாள்கள்
ஒற்றை மழைத்துளிக்காக ஏங்கும்
பாலை மணல் நிலமாய் விரிந்து
தனித்து
நில்லாது வீசும்
காற்றிலாடிக் கொண்டிருக்கும் இங்குமங்குமாய்
ஆனால் எளிய செடிகளின் பூக்கள்
திசையெங்கும் பரப்பும்
அன்பின் நறுமண அலைகளை மட்டுமே

காற்று சுமந்து வரும் அந்த வாசத்தைப் பின்பற்றி
அந்தத் தோட்டம் சென்று சேரும் நீங்கள்
கால்நடைகளுக்குத் தப்பிய இளந்தளிர்களை
இயல்பாக ஒடித்துப் பார்த்தால்
கசிவது நிச்சயமாகக் கண்ணீராயிராது

சிறுகச் சிறுகச் சேர்ந்த கசப்பின் துளிகளை எல்லாம்
ஒரு மாயத் தருணத்தில்
தீஞ்சுவைக் கனியாக மாற்ற
அத்தனை செடிகளுக்கும் தெரியும்
சேகரமான கசப்புக்கு நேர்விகிதத்திலானது
அது பிறருக்குத் தரும் தித்திப்பு

உவர்ப்பேறி வரும் நிலத்தடி நீர்
மரணத் தூளியிலிட்டுத் தாலாட்டும்
எல்லா எளிய தோட்டங்களையும்
எனினும்
எஞ்சும் விதைகள்
மிதந்தலைந்து கொண்டிருக்கும்
முடிவற்ற நிலங்களின் மேலே

*

45. வாக்களிக்கப்பட்ட பலிபீடம்

பாரம்பரியப் புல்வெளிகளைக் கைவிட்டுப்
புதிய நிலங்களைத் தேடிப் போகின்றன
பரிதாபத்துக்குரிய ஆவினங்கள்

கோர விழிகளில் செவ்வரியோடிய கழுகொன்றின்
பிரம்மாண்டக் கருநிழலைப் பின்தொடர்ந்தபடி
மந்தை மந்தையாய் புழுதி கிளப்பியபடிப் போகின்றன

தொலைவில் மின்னும் நீரலைகளை நோக்கி
எட்டி எட்டிக் காலெடுத்துவைக்கின்றன
எல்லா தாகமிகு ஆவினங்களும்

அவற்றுக்கு
ஒரு பொன்னுலகின் சித்திரம்
உருவாக்கித் தரப்பட்டிருக்கிறது

அவற்றின்
ஆழ்மனதில் இருந்த அடர் வனங்களின் சாயலில்
கனவுகளில் சலசலக்கும் சிற்றோடைகளின் சாயலில்
கண்ணில் மின்னும்
நீர்ப்பாய்ச்சல் மிகுந்த புல்வெளிகளின் சாயலில்
ஒரு பொன்னுலகம்
ஒரு வாக்களிக்கப்பட்ட பூமி

O

பாரம்பரிய பூமியில்
முன்வாசல்தோறும் இருந்த
கழுநீர்த் தொட்டிகள் மண்ணிட்டு மூடப்பட்டுவிட்டன

சிதிலமடைந்த கூரைத் தொழுவங்களில்
நாகங்கள் அடையத் தொடங்கிவிட்டன

எருமைகள் முங்கிக் குளித்த
குட்டைகள் வற்றவைக்கப்பட்டுவிட்டன

தீ வைத்துக் கொளுத்தப்பட்டுவிட்டன
ஆடுகளுக்கான கிடை நிலங்கள்

தேரோடிய திருவீதிகளில் வழிந்தோடுகின்றன
கசாப்புக் கடைகளின் கால்வாய் ரத்தம்

புதிய நிலம் தேடி அவை நகர்ந்தேயாக வேண்டும்.

o

முழுநீரும் வற்றிய கொடுங்கோடையில் தொடங்கியது
புதிய நிலம் நோக்கிய நெடும் பயணம்

மலட்டு மேகங்கள்
வெங்காற்றில் கலையும் கார் காலங்களினூடாக
நீண்டு செல்கிறது முடிவற்ற அந்தப் பயணம்

சாலையோரப் பொட்டல் காடுகளைக்
கண்பட்டைகள் மறைக்க
வாக்களிக்கப்பட்ட பூமியின்
பச்சைப் புல்வெளிகளைக் கனவு கண்டபடி
வெண்கலக் கழுத்துமணி அசைய வீறு நடை போடுகின்றன

நிழல் தங்கல் மையங்களில்
பரப்பப்படும் காய்ந்த வைக்கோல்களை
நுரை தள்ள அசைபோடுகின்றன
பசும் புல்லை நினைத்தபடியே
கன்றுகளின் முகங்களில் மாட்டப்படும் நார்க்கூடைகள்
அவற்றின் தொற்றுநோய்ப் பாதுகாப்புக்கே
எனவும் நம்பவைக்கப்பட்டிருக்கின்றன

வாக்களிக்கப்பட்ட நிலம் நோக்கிய பயணம் தொடர்கிறது

o

மேடேறிச் செல்கையில்
லேசாகத் திரும்பிப் பார்க்கும் ஆவினங்கள்
குறைந்துவரும் மந்தையின் எண்ணிக்கையையும்
கடந்து வந்த சாலையில் ஓரத்தில்
வீசப்பட்டிருக்கும் எலும்புகளையும் கண்டு திடுக்கிடுகின்றன
மந்தையின் கொழுத்த பசுக்கள் எல்லாம்
காணாமல் போனதன் மர்மம்
மெல்லப் புரிய ஆரம்பிக்கிறது
ஆனால் விரைவாக நகரும் மந்தைப் பயணத்தில்
நின்று யோசிக்க யாருக்கும் அனுமதியில்லை
முன்னால் இருக்கும் பசுவைப்
பின்னால் இருக்கும் எருமை தள்ள
பின்னால் இருக்கும் எருமையை
அதற்கும் பின்னால் இருக்கும் எருது உந்தித்தள்ள
மந்தை நகர்ந்துகொண்டிருக்கிறது முடிவற்று

இவையெல்லாவற்றையும் தெரிந்துகொண்ட
சில செங்காவிப் பசுக்களுக்கு
வாக்களிக்கப்பட்ட பூமியில் தகதகவென மின்னுவது
கானல் நீரென்பதும் தெரிந்துவிட்டிருக்கிறது

முழு உடம்பும் ஒரே நிறத்தாலான அப்பசுக்கள்
மந்தையின் திசையைத் திருப்ப முயற்சி செய்கின்றன
ஆனால்
அவற்றை நெட்டித் தள்ளுகின்றன அருகிலேயே வரும்
பல வண்ணப் புள்ளிகளைகொண்ட பிற காவிப் பசுக்கள்

புறப்பட்ட இடத்துக்குத் திரும்ப முற்படும்
செங்காவிப் பசுக்களின் உடம்பில்
குத்திக் கிழிக்கின்றன
பக்கத்துப் பசுக்களின் சாதுவான கொம்புகள்

மந்தையில் இருந்து விலக நினைக்கும்
செங்காவிக் கன்றுகளை
மிதித்து நசுக்குகின்றன
பாதுகாப்பாய் உடன் வரும் பிற ஆவினங்களின் குளம்புகள்

கைவிடப்படும் காவல் தெய்வங்கள்

மெதுவாய் நகரும் கன்னங்கரிய எருமைகளை
முட்டித் தள்ளுகின்றன
தவறான திசையில் வேகமாகப் பாயும்
இளங்காளைக் கூட்டம்
கடந்து வந்த வழித்தடங்கள் மறைந்து போகின்றன
வளைந்து வளைந்து செல்லும் மலைப் பாதையில்

கையெட்டும் தூரத்தில் இருப்பதுபோல்
தென்படும் மலைச் சிகரம்
கடந்து செல்ல வேண்டிய பாதையின்
அபாயங்களைக் காட்டுவதேயில்லை

எந்நேரமும் உருண்டுவிழும் பிரம்மாண்டப் பாறைகள்
எந்நேரமும் சரிந்து விழும் மண் பிடிப்பு இழந்த மரங்கள்
எந்நேரமும் பெருகும் மலையாறுகள்
எந்நேரமும் சரியும் மண் குவியல்கள்

எல்லாம் கடந்து மலை உச்சிக்குச்
சென்று சேரும் எஞ்சிய ஆவினங்கள்
ஓய்ந்து தலை சாய்க்கப்போகும்
பரந்து விரிந்த கல்மேடை என்பது
அவற்றின் பலி பீடமே

வாக்களிக்கப்பட்ட பலிபீடம் நோக்கி
வெண்கலக் கழுத்து மணி அசைய
முண்டியடித்து முன்னேறுகின்றன
தாக மிகு ஆவினங்கள்

*

46. அனைவராலும் கைவிடப்பட்டவன்

அனைவராலும் கைவிடப்பட்டவன்
தன்னிடம் இருப்பதிலேயே
வலுவான கயிறை எடுத்துக்கொண்டு
தோதான மரக்கிளைத் தேடிப் புறப்பட்டான்
இறுதி விடைபெறலுக்காக

அன்று அவன் சென்று நின்ற கோயில் மூடியிருந்தது
எவர்சில்வர் கிண்ணத்திலிருந்த விபூதியும் குங்குமமும்
அறுவடைக் காலத்தில் பெய்த
அகால மழையில் கரைந்து போயிருந்தன

ஊக்குப் போட்டு ஒட்டவைத்திருந்த ரப்பர் செருப்பு
ஒற்றையடிப்பாதையின் சேற்றுக்குள் புதைந்துவிட
வெறுங்காலுடன் போய்ச் சேர்ந்தான்
ஆளரவமற்ற தோப்புக்கு

வழுக்கிய மரத்தின்மீது நிதானமாக ஏறி
முதல் வலுவான கிளையில்
ஒவ்வொரு சுற்றாகச் சுற்றி இறுக்கினான் கயிற்றை
(எந்தவொரு கயிறுமே
தூக்குக் கயிறாக முடியும் என்பதை
நினைத்தவனின் இதழோரம் வந்து போனது
கசந்த புன்னகைக் கீற்று

நிதானமாகக் கிழிறங்கி
சுற்றுமுற்றும் தேடியவனுக்கு
உடனே கிடைத்தது
ஏறி நிற்கப் பொருத்தமான பாறாங்கல்
(அவன் வாழ்வில்
முதன்முதலாக நினைத்தது நடந்த தருணம்

கல்லை உருட்டிக்கொண்டு
கயிறு தொங்கும் மரக்கிளைக்கு
நேர் கீழே நிறுத்தினான்

சத்தம் கேட்டோ
பறக்க நினைத்தோ
எட்டிப் பார்த்த பறவைக் குஞ்சு ஒன்று
பிடி நழுவிக் கீழே விழுந்தது
பிஞ்சு இறக்கைகளால் எவ்வளவு துடித்தும்
மேலெழ முடியாமல் தவித்தது குட்டிக் குஞ்சு

எங்கிருந்தோ பாய்ந்து வந்த பூனை ஒன்று
பாய்ந்து கடிக்கப் போக
தட்டுத் தடுமாறி,
அலறி அடித்தபடி குஞ்சு ஓடியது
தூக்குக் கயிறின்
வலுவைச் சோதித்துக்கொண்டிருந்தவனை நோக்கி

அடைக்கலம் தேடி வந்த பறவைக் குஞ்சை
இரு கை குவித்துத் தூக்கி அரவணைத்தான்
விரட்டி வந்த பூனை வெருண்டோடியது
பெரிய உருவின் பேரன்பைக் கண்டு

பறவையின் மீதான அன்பினால்
பூனையை வெறுப்பவன் அல்ல அவன்
பசியுடன் வந்து பயந்து ஓடிய பூனைக்கு
ஒரு மிடறு பால் கொடுக்க முடியாமல் போனது
நினைத்தும் வருந்தினான்

பிறகு
பறவைக் குழந்தையைக்
கையில் பொதிந்து மார்போடு அணைத்து
அதன் படபடப்பைப் போக்கினான்

பூனை தன் குட்டிகளைக் கவ்வுவதுபோல்
உதடுகளால் மென்மையாகக் கவ்வியபடி
மிக மெதுவாக மிக மெதுவாக ஏறினான்
நெடிதுயர்ந்த மரத்தின் மேல்

மெல்லக் கூட்டை நெருங்கி
தவறி விழுந்த குழந்தையைத்
தொட்டிலில் கிடத்தினான் மென்மையாக

சட்டென்று குத்தியது கழுத்தோரம்
கூர்மையான அம்பு
அதிர்ந்து திரும்பியவன்

என்னதென்று புரியாமல் தடுமாறினான்
மீண்டும் எங்கிருந்தோ வந்த இன்னொரு அம்பு
குறிபார்த்துக் கொத்தியது
பேரன்பு நிறைந்த ஒரு கண்ணை
இரைதேடித் திரும்பி இருந்த அம்மா!

ஒரு கண்ணை மூடிக்கொண்டு
நிலை தடுமாறி, கைப் பிடி நழுவ
பதறியபடியே வேகமாக இறங்கியவனின்
நெஞ்சில் உராய்ந்து ரத்தம் கசியச் செய்தன
மென்மையான மரப்பட்டைகள்

குஞ்சுகளைத் திருட வந்த
வேட்டைக்காரனென்று நினைத்து
விரட்டி விரட்டிக் கொத்தியது தாய்ப் பறவை

பறவையாலும் புரிந்துகொள்ளப்படாதுபோன
தன் வாழ்வு குறித்து
மேலும் மனம் கசந்தவன்
பாறாங்கல்லில் ஏறி
இறுகப் பற்றினான் தன் இறுதிக் கயிறை

ஒரு கணம் கண் மூடிக் கதறியவன்
கழுத்தை நுழைத்தான்
இந்தப் பரந்து விரிந்த உலகில்
அவனுக்கென எஞ்சியிருந்த கயிறின் இடைவெளியில்
பாறாங்கல்லை மெல்ல நகர்த்த ஆரம்பித்தவன்
தன்னியல்பாக மேலே பார்த்தான்
தாயின் இறகுக்குள் பொதிந்திருந்த பறவைக் குஞ்சு
மெல்ல இறகுகளை விலக்கிக்கொண்டு
கூட்டிலிருந்து வெளியேறியது

மரப்பட்டைகளை மெல்லப் பற்றியபடி
தட்டுத் தடுமாறி மரணக்கிளைக்கு வந்தது

பிஞ்சுக் கால்களால் இறுகப்பற்றி
பிஞ்சு அலகால்
ஒவ்வொரு பிரியாகக்
கொத்திக் கொத்தி அறுத்தது
நிராதரவின் தாம்புக் கயிறை

*

47. நடுங்கும் பொன்மஞ்சள் சுடர்

தங்க உத்திராட்சமும் ரத்தினக் கடுக்கனும்
அதிகாலைச் சூரியனின் ஒளியில் மின்ன
முப்புரி நூல் மார்பில் நாகம் போல் நெளிய
முழங்கால் அளவு நீரில் நின்று
செல்போன் பார்த்து ஸ்லோகங்களை
மைக்கில் முழங்குகிறார் நவீன புரோகிதர்

இதய வடிவத் துடுப்பை வருடியபடி
ரோஜா பூக்கள் பதித்த
படகின் பின்பக்கம் மறைந்துகொண்டிருக்கின்றன
சீருடை அணிந்த காதல் அன்னங்கள்

பட்டுப் புடவை சரசரக்க
பொன் நகைகள் மினுமினுங்க
இளம் கன்னியர் கூட்டம்
செருப்புக் கால்களுடன்
ஆற்றில் மிதக்கவிட்டுக் கொண்டிருக்கின்றது
பாரம்பரியத்தின் ஒளிக்கீற்றுகளை

நதி பார்த்த பால்கனியில்
முதியோர் இல்ல ஃபிளாட்டில்
தேக்கு மரச் சாய்வு நாற்காலியில் சாய்ந்தபடி
தங்க ஃபிரேம் கண்ணாடி அணிந்த முதியவர்
உலகச் செய்திகளைச்
சுடச் சுடப் பருகிக் கொண்டிருக்கிறார்

படகு வீட்டின் திறந்தவெளி கான்ஃப்ரன்ஸ் ஹாலில்
கோட் சூட் மனிதர்கள்
பாழ் நெற்றிப் பெண்களை
அரைகுறை ஆடை அணிய வைத்து ஈட்டிய
நிகர லாபத்தைக் காட்டும்
ஸ்லைட் ஷோவில் மூழ்கியிருந்தனர்.

டெனிம் பெர்முடாஸ் லீ கேஷுவல்ஸ்
கோக் கேன், ரோலக்ஸ் வாட்ச் சகிதம்
மீன்பிடித் தூண்டிலுடன் வந்து அமர்ந்தார்
திருவள்ளுவர் பனியன் போட்ட வாலிபர் ஒருவர்

நதியிலிருந்து மோட்டார் மூலம் உறிஞ்சப்பட்ட நீரை
புத்தம் புது டாடா சுமோவின்மீது
பீய்ச்சி அடித்துக் கழுவிக்கொண்டிருந்தார்
க்ரீன் க்ராஸ் சீருடை அணிந்த டிரைவர்

கரையோரப் பூங்காவில்
ரெயின் ரெயின் கோ அவே பாடியபடி
ஊஞ்சலாடிக்கொண்டிருந்தன
உல்லாசமாய்க் குழந்தைகள்

மஞ்சள் துண்டு அணிந்த பகுத்தறிவுப் பகலவனின்
மல்டி கலர் போஸ்டரை
நதியின் ஆழம் குறித்த எச்சரிக்கைப் பதிவின்மேல்
தந்தையப் போலவே
பசை தடவி ஒட்டிக்கொண்டிருந்தான்
என்றென்றைக்குமான எடுபிடித் தொண்டன்

வயிறு ஒட்டிய மாடலின் விலகிய மாராப்பை
மது அருந்தியபடியே
கால கேன்வாஸில் கலைத் தூரிகையால்
உறைய வைத்துக்கொண்டிருக்கிறார்
போஸ்ட் மாடர்ன் ஓவியர் ஒருவர்

அவரவர் படித்துறையில்
அவரவர் வேலைகளுக்கு
அவரவர் நேரங்களில்
வருகிறார்கள் போகிறார்கள்

அந்நிய நேரடி முதலீட்டு தொழிற்சாலையின்
நச்சு கலக்கும் நதியில் மிதக்கும் நிலவு மட்டும் ஏனோ
மயான அமைதி நிலவும் நள்ளிரவு நேரங்களில்
முடிவற்று வீசும் மேல் திசைக் காற்றில்
மெல்ல நடுங்குகிறது
நதியின் மூல ஊற்றின் அருகே இருக்கும்
மலைக்கோயிலின் பாழடைந்த கர்ப்பகிரகத்தில்
இறுதி எண்ணெயை உறிஞ்சியபடி நடுங்கும்
அணையாவிளக்கின் பொன்மஞ்சள் சுடரைப் போலவே

✳

48. நினைவில் காடில்லாத மிருகம்

வெட்டிப் போட்ட
புல்லையும் வைக்கோலையும் தின்னும்
முளைக் கம்பில் கட்டப்பட்டு
முடங்கிக் கிடக்கும் தொழுவத்தில்
போதாத குறைக்குப் பாலையும் கறந்துவிடுவார்கள்
(இதற்கு அலங்காரக் கொம்புகளும் உண்டு
குளம்புகள் கொண்ட கால்களும் உண்டு)

தேர் இழுக்கும்
வண்டிகூட இழுக்கும்
லாயத்துள் அடைபட்டுக் கிடக்கும்
போர்களில் ஈட்டியால் குத்தப்பட்டுச் சாகும்
(இதற்கு கொம்பு கிடையாது.
ஆனால் காற்றுப்போல் பறக்க முடியும்)

மரத்தடியை இழுக்கும்
போரில் பங்கெடுக்கும்
சிலைகளைச் சுமக்கும்
பிச்சையும் எடுக்கும்
(கூரான தந்தம் உண்டு
வலுவான தும்பிக்கை உண்டு
ஒரு பிளிறு பிளிறினாலே
ஊரே நடுங்கும்)

B.R. மகாதேவன்

ஏர்க்காலில் பூட்டப்படும்
காயடிக்கப்படும்
மூக்கணாங்கயிறு பூட்டப்படும்
வண்டியில் பிணைக்கப்படும்
அவிழ்த்துவிட்டாலும்
வண்டிக்கு அருகிலேயே அசைபோட்டுக் கிடக்கும்
(இதற்குக் கூர்மையான கொம்புகளும்
வலுவான கால்களும் உண்டு)

காவல் காக்கும்
வேட்டைக்கு உதவும்
(ரத்தமும் சதையும் மனிதருக்கு
எலும்புத்துண்டு இதுக்கு)

வாலை ஆட்டியபடி
போட்டதைத் தின்று விசுவாசமாகக்
காலடியிலேயே கிடக்கும்
(இதற்குக் கூர்மையான நகங்களும்
கோரைப் பற்களும் உண்டு)

பொதி சுமக்கும்
வேலியோரத்தில் மேய்ந்து கிடைத்ததைத் தின்னும்
காள் காள் என்று கத்தும்
(இதன் கால்களைப் போல் வலிமையானவை
உலகில் எதுவுமே கிடையாது)

முட்டை தரும்
குஞ்சு தரும்
தன்னையும் தரும்
மனிதக் குடியிருப்பு அருகில்
குப்பையைக் கிளறி குடித்தனம் நடத்தும்
(இவற்றுக்கு இறக்கை என்ற ஒன்றும் உண்டு)

மாமிசம் தரும்
உரம் தரும்
பாலும் தரும்
(ஒரு கை நீட்டும் குழை மீதுதான் கவனம் இருக்கும்
இன்னொரு கை பிடித்திருக்கும்
அருவாளைப் பார்க்கத் தெரியாது)

ஊரைச் சுத்தப்படுத்திவிட்டுத்
தன்னை அசிங்கப்படுத்திக்கொள்ளும்
சாக்கடையில் ஜாலியாகப் புரளும்
(ஒரு காலத்தில் கிழங்கு தோண்டித் தந்தது)

சுயமாய் வளர்வதைவிட
வளர்க்கப்படுவதே சுகமாக இருக்கும்
வளர்ப்பு மிருகங்களுக்கு
ஆனால்
நினைவில் காடும்
கனவில் முன்னோர் வாழ்வும்
மரபணுவில்
துளியேனும் சொரணையும் உள்ளவை
கொஞ்சமாவது திமிறத்தான் செய்யும்

*

49. கோ மாதா

அந்தப் பிஞ்சுக் குழந்தைக்குத்
தன் வீடு தேசிய நெடுஞ்சாலையின்
இந்தப் பக்கம் இருப்பது தெரியாது

மிக சமீபத்தில்தான்
வயல் அழித்துப்
பெரும் பாலம் போடப்பட்டிருந்தது தெரியாது

மேம்பால இறக்கத்தில் பெரும் வேகத்துடன்
பேருந்துகள் பாய்ந்து வரும் என்பதும் தெரியாது

பாய்ந்து வரும் பேருந்தை
நினைத்தவுடன் நிறுத்த முடியாதென்பதும் தெரியாது

அந்தக் குழந்தைக்குச்
சின்னஞ்சிறு காலெடுத்துத்
தத்தித் தத்தி நடக்கத் தெரிந்திருந்தது

சமையலறையில் இருக்கும் அம்மா
தன்னைக் கட்டிவைத்த
பால் கயிறின் முடிச்சை அவிழ்க்கத் தெரிந்திருந்தது
(முதல்முறையாக)

நெடுஞ்சாலையின் மறு கரையில் ஒருவர்
மயக்கும் ரோஸ் நிறத்தில்
பஞ்சு மிட்டாய் விற்றுச் செல்வது தெரிந்திருந்தது
(பூஜை அறையில் சார்த்தப்படும்
தாமரை மலரை நகலெடுக்கும் போலி நிறம்)

கைவிடப்படும் காவல் தெய்வங்கள்

பறவையின் கண் மட்டுமே தெரிந்த பார்த்தனைப் போல்
பஞ்சு மிட்டாய்ப் பொதிகளை மட்டுமே பார்த்தபடி
பிஞ்சுக் குழந்தை மெல்லப் படி இறங்கியது

அரைஞாண் கயிறில் கட்டப்பட்டிருந்த பால் கயிறு
பதறியபடியே மண்ணில் அபய லிபிகளை எழுதியது
விண்ணுறை தெய்வம் பார்க்கும்வண்ணம்

பேருந்து ஓட்டுநர்
இதமான மேம்பாலக் காற்று முகத்தில் வீச
ஆக்ஸிலேட்டரை முடுக்கிவிட்டிருந்தார்

பிஞ்சுக் குழந்தை நெடுஞ்சாலை கடந்து
செயற்கை நிறமூட்டிய
பஞ்சு மிட்டாய் இலக்கை எட்ட
பத்திருபது விநாடிகளாவது ஆகும்

தவழும் குழந்தையாக இருந்தால்
ஒருவேளை அதிவேகப் பேருந்தின்
சக்கரமில்லா இடைவெளியில் தப்பிவிடவும் முடியும்

பச்சிளம் குழந்தை போஷாக்காக உணவு உண்டு
பேருந்தின் பம்ப்பர் உயரத்துக்கு
நன்கு வளர்ந்துமிருந்தது

பஞ்சு மிட்டாய் கண்டு மயங்கிய குழந்தை
கன்னங்கரிய தார்ச்சாலையில்
தன் முதல் காலடியை எடுத்து வைத்தது

பேருந்துக்குள் இருந்தவர்கள்
அத்தனை பேரும் அலறினர் ஒரே குரலில்
நெடுஞ்சாலையில் இரு மருங்கும் இருந்தவர்கள்
உலகமே இடிந்ததுபோல் அதிர்ந்தனர்

B.R. மகாதேவன்

அப்போதுதான் அந்த அதிசயம் நடந்தது!

குழந்தை அடுத்த அடி எடுத்து வைக்க முடியாமல்
எங்கிருந்தோ வந்த
மென் காவி நிறப் பசுவின் கால் குளம்பில் சிக்கியது
அபய லிபிகள் எழுதிய அடைக்கலக் கயிறின் சிறுமுடிச்சு

சீறிப் பாய்ந்த பேருந்து
குழந்தையைத் தாண்டிச் சென்று நின்றது
கூக்குரல் கேட்டு ஓடி வந்த தாய்
வாரி அணைத்துக்கொண்டாள்
பசுவின் குழந்தையை
விழுந்து விழுந்து கும்பிட்டாள்
காத்தருளிய காவி நிறத் தாயை

தாய்க் கயிறு அறுத்து
பஞ்சு மிட்டாய் மயக்கத்தில்
அபாய நெடுஞ்சாலையைக் கடக்கும்
அப்பாவிக் குழந்தைகள் அனைவரையுமே இதுபோல்
உரிய நேரத்தில் காத்தருளேன்
உலகாள வேண்டிய கோமாதாவே

*

50. ஒரு கோப்பைத் தேநீரும் தேயிலைக் காவியமும்

கோப்பைத் தேநீரில் இருந்து எழும் ஆவி
இதமாக வீசும் காற்றில்
மென் நடனம் புரிந்தபடி எழுதிச் செல்கிறது
தேயிலையின் சொல்லப்படாத காவியத்தை

மலைச்சரிவின் மண் அடுக்குகளின் சுவையை
அது முதலில் விவரிக்கிறது

மண் பிளந்து முளைவிட்ட தேயிலைச் செடியின்
இளம் தளிரின் குதூகலத்தை அது பாடுகிறது

முடிவற்றுப் பெய்த மழைகளில்
அது ஆடிய நடனத்தை மீள் நடத்திக் காட்டுகிறது

இலை நுனிகளில் தேங்கிய பனித்திவலைகளில்
பிரதிபலித்த வானத்தை அது வரைந்து காட்டுகிறது

நுனி இலைகளைக் கிள்ளிப் போட்ட
சுருக்கம் விழுந்த கைகளின் நடுக்கத்தைச் சொல்கிறது

முதுகுக் கூடைக்குள் புதைக்கப்பட்ட தன்
நெடிதுயர்ந்த கனவுகளை விவரிக்கிறது

துளி ஈரம்கூட இன்றி உலரவைக்கப்பட்டுத்
தூள் தூளாக்கப்பட்ட துயரம் பற்றிப் பேசுகிறது

B.R. மகாதேவன்

குவளை நீரிலிட்டுக் கொதிக்க வைத்த பிறகும்
தேயிலையின் ஆன்மா
இனிய நறுமணத்தை எழச் செய்து
ஆடுகிறது தன் இறுதி நடனத்தை

அது தன் உதிரத்தை நீங்கள் பருகத் தரும் முன்
தன் வாழ்வின் அனைத்துப் பக்கங்களையும்
மிக மெதுவாக மிக மெதுவாகப் புரட்டிக் காட்டுகிறது

ஒரு குவளைத் தேநீரை
நீங்கள் கண்ணை மூடிக்கொண்டு
மடக் மடக் என்று குடித்துத் தீர்க்கும்போது
அந்தத் தேயிலை இளந்தளிர்
விண்ணோக்கி ஒரு கோட்டோவியம் வரைய முயன்றபடி
தன் இறுதி நடனத்தை
என்றென்றைக்குமாக முடித்துக்கொள்கிறது

அப்போது நீங்கள் தவறிவிடுவது
தேயிலையின் காவியத்தை மட்டுமல்ல

*

51. பாதாளத்தில் விழுந்து கிடப்பவன்மீது

பேரன்பு கொண்டவன்
அதலபாதாளத்தில் வீழ்ந்துகிடப்பவனை மீட்பதென்றால்
சம தளத்துக்கு
அதிக காயங்கள் இன்றி
உயிருடன் கொண்டுவருவதுதான்

கீழே
கொடூர விலங்குகள்
அவனைக் கொன்று தின்னச்
சுற்றிச் சுற்றி வருகின்றன

சிக்கிமுக்கிக் கற்களை உரசி
கைக்குக் கிடைத்த சுள்ளிகளை இட்டு
இரவெல்லாம் கண் முழித்து
எரிய வைத்துக்கொள்கிறான்
அவனுக்கான காவல் நெருப்பை

கிடைத்த கற்களைக் கூராக்கித்
தற்காப்பு ஆயுதங்களை உருவாக்கிக்கொள்கிறான்
நீரும் உணவும் தேடி வந்து
தன் குகைக்குள் சேமித்துக்கொள்கிறான்

நாம் வீசும் மீட்சிக் கயிறுகளின் வழி ஏறினால்
பள்ளத்தாக்கின் சுவர்களில் உரசி உரசி
அவை பாதியில் அறுந்துவிடுகின்றன
சில நேரங்களில் அவை இட்டுச் செல்லும்
தற்காலிகத் தங்குமிடத்தில் ஊர்கின்றன விஷநாகங்கள்

நாம் மேலிருந்து வீசியடிக்கும்
அதி நவீன டார்ச் லைட்களின் மின்னல் ஒளி
மேலேறிவரும் அவன் கண்களைக் கூசவைத்துக்
கைப்பிடி நழுவ வைத்துவிடுகின்றன

B.R. மகாதேவன்

நாம் பொதிந்து அனுப்பும் மருந்து மாத்திரைகள்
காலாவதியாகிவிடுகின்றன
அவன் கைகளுக்குக் கிடைக்கும் முன்

நாம் மேலிருந்து வீசி எறியும் உணவுப் பொதிகளுக்கு
எங்கோ இருக்கும் புதிய வன் விலங்குகள்
அவன் இருப்பிடம் தேடி வந்துவிடுகின்றன

நாம் உருட்டிவிடும் நன்னீர் பீப்பாய்கள்
தரை தட்டும் முன் ஓட்டை விழுந்து காலியாகிவிடுகின்றன

என்ன செய்ய
நம் நல்லெண்ண முயற்சிகளெல்லாம்
எட்ட முடியாத பள்ளத்துக்குள் தள்ளிவிடப்பட்டிருக்கிறான்
(நம்மைப் போன்ற ஒருவரால்தான்)

நம் நேசங்களைவிடப் பல மடங்கு அதிகமானவை
அவனைச் சூழ்ந்திருக்கும் நயவஞ்சகங்கள்
ஒப்புக்கொள்ளத்தானே வேண்டும்
நாம் மீட்புப் பணியை
வெகு காலதாமதமாகத்தானே ஆரம்பித்திருக்கிறோம்.

நம் பெரு முயற்சிகளின் போதாமையை
அவன் ஆத்திரத்துடன் எதிர்க்கையில்
சற்றேனும் புரிந்துகொள்ளுங்கள்
அவனுடைய நிராதரவின் வலியை

ஏனெனில்
அவன் இன்னும் அதலபாதாளத்தில்தான் கிடக்கிறான்

நாம் ஒன்றுமே செய்யவில்லையா என்று
அவனிடம் நியாயம் பேசுவதென்றால்
அவனை மேலேற்றிக் காட்டிவிட்டுப் பேசுவோம்

அப்போதும்
அதல பாதாளத்திலிருந்து
அவனை மீட்கச் செய்த
அரும்பாடுகளையெல்லாம்
அவன் சமதளத்தில் இருந்தபோதே செய்திருந்தால்
அவன் மலை உச்சியில் ஏறி

கைவிடப்படும் காவல் தெய்வங்கள்

நம் கொடியைப் பறக்கவிட்டிருப்பானே
அந்தக் கேள்வியை அவன் கேட்கக் கூடாதென்று
எப்படி நாம் எதிர்பார்க்க முடியும்?

அதலபாதாளத்தில் விழுந்து கிடப்பவனுடைய
அதிருப்திகளைப் புரிந்துகொள்வோம்
நாம் ஆத்மார்த்தமாகவே முயற்சி செய்கிறோம்
அவன் நம்மைச் சந்தேகிக்கவில்லை

நீண்ட நெடிய போரில்
ஒவ்வொரு வெற்றியுமே கொண்டாடத் தகுந்தவைதான்

முடிவற்றும் நீளும் பெரு வழிப் பயணத்தில்
ஒவ்வொரு இரவுமே ஆடிப்பாடத் தகுந்தவைதான்

அதல பாதாளத்தில் விழுந்துகிடப்பவனை
மீட்கும் போராட்டத்தில்
அரையடி மேலேறினாலும் ஆனந்தப்பட வேண்டியதுதான்

ஆனால்
சிறை மீட்கப்பட்டாலே பிணைக் கைதிகள்
நம் வெற்றிக் கொண்டாட்டத்தில் பங்கெடுக்க முடியும்
முழுவதுமாக மேலேற்றினாலே
அதலபள்ளத்தில் விழுந்து கிடப்பவன்
நம் இசைக்கு ஏற்ப ஆட முடியும்

நம் முயற்சிகளும் பாராட்டத் தகுந்தவையே
அவன் வலியும்
அதிருப்தியும் புரிந்துகொள்ளப்பட வேண்டியவையே

உங்களுக்கு மிக அருகில் நின்று கொண்டு
உங்கள் காதோரம் இதைச் சொல்பவன்
பாதாளத்தில் விழுந்து கிடப்பவனின்மீது
பேரன்பு கொண்டவன் என்ற
உண்மையைப் புரிந்துகொள்ளாவிட்டாலும்
பரவாயில்லை
உங்கள் விரோதி என்று மட்டும் நினைத்துவிடாதீர்கள்

*

52. நரகமாகும் வாழ்வு

யானைகளுக்குத் தேகம்
குதிரைகளுக்கு வேகம்
காளைகளுக்குப் பலம்
கிளிகளுக்கு அழகு

மென் விலங்குகளுக்குச் சதை
பட்டுப்புழுக்களுக்கு மின்னும் மெல்லிழை
பசுக்களுக்குச் சுரக்கும் பால்
நேரான மரத்துக்கு அதன் நேர்த்தி

உழைப்பாளிகளுக்கு அவர்களின் உடல் வலு
துறவிகளுக்கு அவர்கள் முன்வைக்கும் லட்சியம்
கலகக்காரர்களுக்கு அவர்களுடைய கனவு
இந்துக்களுக்கு அவர்களின் பொறுமை

இல்லாமலே இருந்திருக்கலாமோ
இவற்றுக்கு இவையெல்லாம்

உடலே பாரமாகுமென்றால் உயிர் எதற்கு?
வாழ்வே நரகமென்றால் பிறவிகள் எதற்கு?

*

53. பாலையில் விரியும் மயில் தோகை

நினைவில் பொதிந்திருக்கும் பெருங் கானகத்தில்
இப்போது வீசுகிறது குளிர் காற்று
அங்கு
உலர்ந்த சருகுகள் எல்லாம் உதிர்கின்றன
நச்சு விலங்குகள் எல்லாம்
ஓடி ஒளிகின்றன மறைவிடங்களில்
வேட்டை விலங்குகள் எல்லாம்
ஒதுங்குகின்றன இருள் குகைகளுக்குள்

அங்கு
சடசடவெனப் பொழிகின்றன
முடிவற்ற மழைத்தாரைகள்

அங்கு
கருமேகக் கூட்டத்தினூடே வெட்டுகின்றன
வஜ்ர மின்னல்கள்

செவிப்பறையை அதிரச் செய்கின்றன
அங்கு ஒலிக்கும் இடி முழக்கங்கள்

வெம்பாலையில்
கானல் கடல் நோக்கித் தளர் நடை போடும்
வண்ண மயிலின் தோகைகள்
தன்னிச்சையாக மலர்ந்து விரிகின்றன

நினைவில் பொதிந்திருக்கும் தொலைதூரக் காட்டில்
தொடர்ந்து பெய்யும் மழைத்தாரைகளின்
இதமான இன்னிசைக்கு ஏற்ப
அதன் கால்கள் மெய்மறந்து ஆடுகின்றன

B.R. மகாதேவன்

பரந்து விரிந்த பாலையில்
தனித்துத் தோகை விரித்து ஆடும் மயிலின்
மூடிய கண்களின் வழியே கசிகிறது
மனதுக்குள் முடிவற்றுப் பெய்யும்
மாமழையின் சிறு துளி

அது
பல்லுயிர் வாழும் பரந்து விரிந்த கானகங்களும்
ஒருநாள்
பாலையாகத் திரியும் என்றதைக் கட்டியங்கூறும்
நிராதரவின் இறுதிக் கண்ணீர்த் துளியா?

இந்தப் பாலையிலும் என்றேனும் பொழியும்
எல்லோருக்குமான மாமழை
அதில் மண் மூடிய விதைகள் எல்லாம்
மளமளவெனத் துளிர்க்கும் என்ற
நம்பிக்கையின் முதல் துளியா?

மாமழை வலுக்கிறது நினைவின் கானகத்தில்
பாலை முழுவதுமாகப் பரந்து விரிகிறது மயில்தோகை

*

54. நாகம் உமிழ்ந்த மாணிக்கக் கல்லில் ஒளிரும் இருள் புற்று

இந்த வனத்தினூடாக இம்முறை அமைந்திருக்கிறது
முடிவற்று நீளும் ஒற்றையடிப்பாதைப் பயணம்

என்ன காரணத்தினாலோ
அல்லது
தெரிந்த ஒரு காரணத்தினாலோ என்னவோ
இந்தப் பயணம்
இடர்பாடுகள் நிறைந்ததாகவே இருக்கிறது.

வழியில் அமைக்கும் இளைப்பாறல் கூடாரங்களில்
இதமாகக் கழிய வேண்டிய இரவுகள் எல்லாம்
ஏனோ
காட்டுத்தீயின் கனவுகளையே கொண்டுவருகின்றன

நில்லாது ஓடும் வனநீரோடையின்
தெள்ளிய நீரை அள்ளிப் பருகும் நேரங்களில்
நாசிகளை நிறைக்கிறது தாங்க முடியா துர்நாற்றம்
(நீரோடையின் கண்ணுக்குத் தெரியாத வளைவொன்றில்
இறந்த விலங்கின் உடல் ஒன்று
நீர்பிரவாகத்தில் நிலைகொள்ளாமல்
இடமும் வலமும் அலைவுறுவதுபோல் ஒரு காட்சி)

வழியில் தென்படும் புதர்களில்
தென்றல் வருடும் அசைவுகள்கூட
வன்மிருகத்தின்
பாய்ச்சலுக்கான பதுங்கலையே நினைவூட்டுகின்றன

தவிர்க்க முடியாத நள்ளிரவுப் பயணங்கள் எல்லாம்
எடுத்துவைக்கும் அடுத்த காலடி
எந்தப் பாதாளத்தில் என்ற அச்சத்துடனே ஆரம்பிக்கின்றன

தாழத் தொங்கும் காய் கனிகள் எல்லாம்
நாகங்கள் ஊர்ந்து கசக்கின்றன
அல்லது எட்டிக்காய்களாகவே
இயல்பாகவே இருக்கின்றன

நடந்தால் தானே தொல்லைகள் என்று யோசித்து
தோதான இடம் தேடி தவத்தில் ஆழ்ந்தேன்

மெல்ல மெல்லச் சுற்றிலும் படர்ந்தது சுடுமண் புற்று

நான் மட்டுமே நிறைந்து நின்ற அந்தப் புற்றுக்குள்
நிம்மதியாக நான் உணரத் தொடங்கிய முதல் நொடியில்
இருந்த ஒற்றை வாயிலை மறைந்தபடி
எட்டிப் பார்த்தன இரு கருகமணிக் கண்கள்

மெல்லத் தலையை நீட்டி உமிழ்ந்தது உஷ்ணக் காற்றை

பகுதி தலையை நுழைத்தபின்
திரும்பி நுழைத்தது மின்னும் கரு உடலை

நாகம் உமிழ்ந்த உஷ்ணக் காற்றை உறிஞ்சியதால்
என்னிலிருந்து உமிழப்பட்டதும்
உஷ்ணம் மிகுந்தே வெளிப்பட்டது

தகிக்கத் தொடங்கியது புற்று

முழு உடலையும் நுழைத்த நாகம்
வந்தமர்ந்தது நடுங்கும் என் மடியாக இருந்தது

படமெடுத்து நிற்கும் அதன்
கருகமணிக் கண்களுக்கு
நேர் எதிரில் இருந்தன
இறுதி இமை மூடலுக்குள்ளான என் இரண்டு கண்கள்

நெற்றியை வருடியது
பிளவுண்ட நாக்கின் மெல்லிய ஈரப்பதம்

மடியில் மென்மையாகச் சுருண்டு
வாகாக அமர்ந்துகொண்டது நாகம்
(முழு வேகத்துடன் கொத்த அப்போதுதானே முடியும்)

நாகத்தின் இதயத்துடிப்பும்
நடுங்கும் என் இதயத்துடிப்பும்
ஒரு சேர ஒலிக்கத் தொடங்கின

நாகத்தின் உடல் முறுக்கேறத் தொடங்கியது
முழு பயத்தையும் விஷமாக மாற்றும் முயற்சி
முழு உலகையும் பகையாக்கும் தற்காப்பின் நெருக்கடி

சட்டென்று பாய்ந்தது புற்றின் வழியே முழு நிலவொளி
குளுமை உணர்ந்து கண் திறந்த என் முன்
மங்கலான வெளிச்சத்தில் மின்னிக்கொண்டிருந்தது
தலை தூக்கி நிலவைப் பார்த்த நாகம்

நிலவின் ஒளிபட்டுக் குளிர்ந்த நாகம்
உமிழ்ந்த ஒரு துளி விஷம்
ஏந்திய என் கைகளில்
உருண்டு விழுந்தது மாணிக்கக் கல்லாய்

அனுதினமும் விஷமுண்டவனை
ஆலகால விஷத்தால் என் செய்ய முடியும்?
என்று தோன்றிய எண்ணமா?

பாவம் அதுவும் கல்லெறிகளுக்குப் பயந்துதானே
இப்படியான ஒரு கருவறையை
என்னைப் போல் தேடி வந்திருக்கும்
என்று மென்மையாக வருடிய தருணமா?

எது அனுப்பியது
எல்லையற்ற நிலவொளியை

எது மாற்றியது
ஆலகால விஷத்தை மாணிக்கக் கல்லாக

வந்த வழியே நாகம் வெளியேறிச் செல்ல
செம்மாணிக்க ஒளியில் ஒளிர்கிறது
இருண்ட புற்றும்
இளகிய என் உடலும்

✸

B.R. மகாதேவன்

55. சனாதன சூரியன்

மீண்டும்
முடிவற்று நீண்டு கொண்டிருந்தது
இன்னொரு கொடுங்கோடை

ஆநிரைக்கூட்டம் ஆரம்பித்திருந்தது
அந்தப் பருவத்துக்கான நெடிய இடப்பெயர்வை

அருகமை நீர் நிலைகள் எப்போதோ வற்றிவிட்டிருந்தன

அண்மைப் புல்வெளிகள் எப்போதோ காய்ந்துவிட்டிருந்தன

எட்டும் உயரத்திலிருந்த இலை குழைகள் எல்லாம்
எப்போதோ மேயப்பட்டுவிட்டிருந்தன

நடக்க நடக்கப் பின் நகர்ந்துகொண்டிருந்தன
ததும்பும் கானல் நீரோடைகள்

நீர்நிலைகளை இனம் காட்டும்
பறவைகள் எதுவும் பறக்காத நீலவானில்
முடிவற்றுத் தகித்துக்கொண்டிருந்தது நிம்மதியற்ற சூரியன்
(மழைக்குக் காரணமாகும் தானே
மண்ணில் வறட்சிக்கும் காரணமாவதைக்
கையறு நிலையில் பார்த்துக்கொண்டிருந்தது)

விட்டு விட்டு எரியும் எரிமலைத் தீபோல்
ஆநிரைக் கூட்டத்தின் நீண்ட நெடும் பயணத்தில்
மென்மையாக
விட்டு விட்டு வீசியது முதல் குளிர்காற்று

கைவிடப்படும் காவல் தெய்வங்கள்

நீர்ப்பதம் கண்ட திசையில்
நடக்கத் தொடங்கியது ஆநிரைக்கூட்டம்

தூரத்து மேட்டிலிருந்து பார்க்கையில் தெரிந்த நதியை நோக்கி
துள்ளிக் குதித்து ஓடின கன்று காலிகள்

புழுதி பறக்க அவை ஓடிய ஓட்டத்தில்
கவனிக்கத் தவறியிருந்தன
முன்னால் சென்ற சிங்கத்தின் கால் தடங்களை
(அது வாகான புதர் மறைவில்
சரியான நேரத்துக்குக் காத்திருந்தது)

ஆநிரைக்கூடம் செய்த முதல் தவறு அது.

பாய்ந்து சென்ற ஆநிரைகள் பருகத் தொடங்கின
அடுத்து வரும் காலத்துக்கும்
ஆறுதலாயிருக்கப்போகும் ஆற்றில் இறங்கி

இப்போது அவை செய்தன
இரண்டாவது தவறை

அதே நீர்நிலையில்
இதே மென் சதை விலங்குகளின் வருகைக்காகக்
கண் மூடிக் கட்டைபோல் காத்திருந்தது ஒரு முதலை
ஆசை ஆசையாக நீர் பருகத் தொடங்கின ஆநிரைகள்

புதர் மறைவில் இருந்து வெளியேறியது சிங்கம்
நீரில் மிதந்த கட்டையின் மறைவான கால்கள்
மெள்ளத் துளாவியது அலையற்று ஆற்றுநீரை

நடுங்கத் தொடங்கியது
ஆற்று நீரில் மிதந்த ஆகாயச்சூரியன்

ஒரு கன்று
தாயின் அரவணைப்பில் இருந்து விலகி
நீருக்குள் இறங்கியது நிம்மதியாய் நீர் பருக

B.R. மகாதேவன்

பக்கத்து பசு ஒன்று பாதுகாப்பாய் வந்து நிற்பதற்குள்
பாயந்து கவ்வியது கன்றின் காலை முதலை
அதே நொடியில்
பாய்ந்து கவ்வியது கன்றின் கழுத்தை சிங்கம்

பதறி அடித்து ஓடின
பயந்துபோன ஆநிரைக்கூட்டம்

முதலை நீருக்குள் இழுக்க
சிங்கம் கரை நோக்கி இழுக்க
கிழியத் தொடங்கியது கன்றின் மென்னுடல்

கலங்கிப் போன நீரில்
தத்தளித்தது சூரியன்
உயிர் பயத்தில் ஓடிய ஆநிரை
ஓரத்தில் நின்றுகொண்டு
வேதனையுடன் பார்த்தது
கைவிட்டுப் போகும் கன்றைக் கண்டு

முதலையின் பிடி சற்று நழுவுகையில்
சிங்கத்தின் பிடி இறுகியது
சிங்கத்தின் பிடி சற்று இளகியபோது
முதலையின் பிடி இறுகியது

ஒன்றிலிருந்து விடுதலை என்பது
இன்னொன்றில் சிக்குவதாக ஆகிப்போனதைக் கண்டு
அழுத தாய்
இறுதியாக முடிவெடுத்தது
இனியும் பொறுப்பதில்லை என

பாய்ந்து வந்த அது
சிங்கத்தின் கண்களில் தென்பட்ட வன்மம் கண்டு
சற்றே பயந்து பின்வாங்கியது

முதலையை முட்டலாம் நெருங்கிய நொடியில்
அது நீருக்குள் பதுங்க
கன்றின் கால் மேலும் இழுபட்டது கண்டு
பதறி நின்றது தாய்

காப்பாற்ற வந்த தாயை
கண்ணீர் மல்கப் பார்த்தது
காலன்களின் பிடியில் சிக்கிய கன்று
அம்மா என்று கதறியது ஆகாயம் பார்த்து

வெகு உயரத்தில்
யாருக்கும் எட்டாத வெளியில்
தனித்து நின்ற சூரியனின் தவிப்பு
தாய்ப் பசுவுக்குள் ஊடுருவ
பாய்ந்து முட்டியது
பக்கத்திலிருந்த சிங்கத்தை

கொம்பில் மாட்டிய சிங்கத்தைக்
குத்தித் தூக்கி வீசியெறிந்தது

வானில் பறந்த சிங்கம் கண்டு
முதலை சற்றே பிடி நழுவ
பாய்ந்து கரையேறியது கன்றுக்குட்டி

தட்டுத் தடுமாறி நடந்து
தாயின் காலுக்குள் பதுங்கிக்கொண்ட காவிக்கன்றை
பாதுகாப்பாய் அழைத்துச் சென்றது ஜாதிப் பசு

விழுந்து எழுந்த பூனைக்கண் சிங்கம்
பின்வாங்கி மறைந்தது பச்சைப் புதருக்குள்

அடுத்த வாய்ப்பில் உயிர்த்தெழலாம் என
குருசுத் தடி போல் மிதந்தது கோரக் கண் முதலை

கலங்கித் தெளிந்த ஆற்று நீரில்
நிம்மதியாய் மிதந்தது சனாதன சூரியன்

*

B.R. மகாதேவன்

56. தாய்மை

அந்தக் கர்ப்பிணிப் பசு
அந்தப் பின் மாலைவேளையில்
கவனமாகத்தான் தன் வீடு திரும்பிக் கொண்டிருந்திருக்கும்

பாதாளச் சாக்கடைக்கு வெட்டப்பட்ட நீண்ட பள்ளத்தில்
எதிரில் வந்த
ஏதேனும் வாகனத்துக்குப் பயந்து ஒதுங்கியதில்
மண் சரிந்து
அல்லது
கால் தடுமாறித்தான் விழுந்திருக்கும்.

அகாலத்தில் பெய்யத் தொடங்கிய மழைகளால்
அந்தச் சாக்கடைப் பள்ளம்
கணுக்கால் அளவு நீரால்
காலையிலேயே நிரம்பிக்கிடந்தது

பள்ளத்தில் விழுந்த அதிர்ச்சியில் பனிக்குடம் உடைய
உரிய நேரத்தில் வழுக்கிக்கொண்டு வந்துவிழுந்தது
புத்தம் புதிய கன்றுக் குட்டி

பிறந்த நொடியே நீருக்குள் விழுந்து மூச்சுமுட்ட
பதறியடித்து எழுந்து நின்றது பட்டுக்குட்டி

பிரசவ மயக்கத்தில் அம்மா அயர்ந்து கிடக்க
தொட்டுத் தூக்கும் கருணைக் கரங்கள் இன்றி
தட்டுத் தடுமாறி எழுந்து நின்றது தன்னந்தனியாக
தன் பிஞ்சு மூக்கால்
தொட்டுத் தொட்டு எழுப்பியது
துவண்டுகிடக்கும் அம்மாவை

கைவிடப்படும் காவல் தெய்வங்கள்

முதிய யாதவர்
அரிக்கேன் விளக்கு எரியும் குடிசை திண்ணையில் அமர்ந்து
கர்ப்பிணிப் பசுவின் வருகைக்குக் காத்துக்கொண்டிருந்தார்.

இன்று பல்லி எச்சரித்ததையும் மீறி
மேய அனுப்பியது தவறென்று
கடிந்துகொள்கிறார் யாதவ மூதாட்டி.

புதிய மேகங்கள் புதிய மழையைக் கொண்டுவந்தன.

கோல் ஊன்றியபடிப் புறப்படும் யாதவரை
எந்தச் சாலையில் எந்தப் பள்ளம் என தெரியாதென்று
தடுத்து நிறுத்துகிறார் இடையர் மகள்

நில்லாமல் பெய்யும் நீர்த்திவலைகள்
ஒன்று திரண்டு பாய்கின்றன
ஓரமாக வெட்டப்பட்ட
பாதாளச் சாக்கடையில்

கன்றின் முட்டளவு நீர் மட்டம் உயருகிறது
கர்ப்பிணித் தாயின் மயக்கம் நீடிக்கிறது

மழைச்சாலையில்
விரைந்து வீடு திரும்பும் வாகங்களின் ஒளிக் கற்றையில்
ஒன்றுகூட விழவில்லை இருண்ட பள்ளத்தில்
பதறிய வானம் தொடர்ந்து
இடி இடித்து
மின்னல் வெட்டி காப்பாற்றச் சொல்கிறது
அந்த வழியே அவசரமாகச் செல்பவர்களிடையே

பாவம்
ஒவ்வொரு மின்னலுக்கும் பொழிந்து தள்ளும் நீர்த்தாரைகள்
பாதாளச் சாக்கடையின் நீர் மட்டத்தை உயர்த்துகின்றன

இருண்டு விரிந்த ஆகாயம் தடுமாறுகிறது
மின்னவா... வேண்டாமா...

கன்றின் கழுத்தளவு தேங்குகிறது
வானம் கலங்கியழுது பெருகிய கண்ணீர்

பிஞ்சு எலும்புகள் பிடிமானம் இன்றி தடுமாற
விழுந்து விழுந்து எழுகிறது குட்டிக் கன்றுக்குட்டி

சூழ்ந்து நின்ற இருளா
விழுந்த அதிர்ச்சியா
பட்ட அடியா
பிரசவ மயக்கமா
தாய்ப் பசு தளர்ந்து கிடக்கையில்
தாம்புக் கயிற்று சங்கு மென்மையாக முழங்குகிறது
ஓம் ஓம் ஓம்

காதருகில் ஒலித்த கடவுளின் குரல்கேட்டு
மெல்லக் கண் விழித்தது கன்றுக்கும் தாய்
செல்லமே
உன்னை நான் ஈன்றது
இருள் மழை தேங்கிய இந்தப் பள்ளத்திலா

என் மடிக் காம்பு சுரக்கும்
அன்பின் திரவம் பருகி ஆனந்தப்பட வேண்டிய நீ
முதல்முதலாய் பருகியது
இந்தக் கலங்கிய சேற்று நீரையா

உன் நாசி உணர வேண்டிய முதல் வாசம்
இந்தக் கேடுகெட்ட கழிவு நீர் வாடையா

ஆசை நாவால் வருடத் தேவையின்றி
அழுக்கு நீரால் கழுவப்பட்ட கன்றை
அழுதழுது முட்டுகிறது அநாதை அம்மா

நீருக்குள் மூழ்கித் துவளும் கன்றை
முனை மழுங்கிய கொம்புகளால்
மெல்ல மெல்லத் தூக்குகிறது

சற்று முன் தான் தன் பிஞ்சு முகத்தால்
தாயை எழுப்பிக்கொண்டிருந்தது கன்று

இருபுறமும் தடுக்கப்பட்ட பாதாளச் சாக்கடையில்
வேக வேகமாக உயரத் தொடங்கியது நீர் மட்டம்.

கைவிடப்படும் காவல் தெய்வங்கள்

குனிந்து முட்டி கன்றைத் தூக்கிப் போட்டுக்கொண்டது
தன் முதுகில் தாய்ப் பசு
நீட்டிக் கொண்டிருக்கும்
கான்ங்க்ரீட் கம்பிகள் பக்கம் சாய்ந்துகொண்டு
வழுக்கி விழும் கன்றுக்கு அண்டை கொடுத்து நின்றது

கனக்கும் மடியை எட்டியது கலங்கிய நீர் மட்டம்

கன்று வழுக்கி வழுக்கி தாய் முதுகைப் பற்றிக்கொண்டது

வயிறு வரை எட்டியது விடாது பெய்த மழை நீர்
மெல்ல உயர்ந்தது தாயின் தூக்கிய கழுத்துவரை

கன்றுக்கு இனிமேல் தாயின் முதுகில் படுத்தால் போதாது
பிஞ்சுக் கால்களால் பிடிமானமற்ற முதுகில்
எழுந்து நின்றேயாக வேண்டும்

தாயும் சேயும் மிதந்து மேடேறட்டும் என்று நினைத்தது போல்
முடிவற்றுப் பெய்கிறது முன் இரவு மழை

கால் மடக்கி முதுகின் மேல் அமர்ந்த
கன்றின் நாசிக்குள் புகத் தொடங்குகிறது கலங்கிய நீர்

முடிந்தவரை நிமிர்ந்து நிற்கிறது
கன்றைச் சுமக்கும் தாய்

கன்றின் குடலுக்குள் நிரம்புகிறது கலங்கிய நீர்

முடிவற்றுப் பெய்யும் மழையில்
மேலும் மேலும் நிரம்புகிறது
பிரம்மாண்ட பாதாளச் சாக்கடை
கன்றைத் தூக்கி தலையில்வைத்துக்கொண்டது
கருணையே வடிவான அம்மா

நேரம் செல்லச் செல்ல
இப்போது தாயும் முங்கத் தொடங்குகிறது

தலையில் இருக்கும் கன்று
தவிக்கும் அம்மாவைப் பார்க்கிறது

தாயின் நாசிக்குள் ஊடுருவுகிறது
தடையற்றுத் தேங்கும் தண்ணீர்

கன்று மெல்ல தாயின் காதில்
குனிந்து ஏதோ சொல்கிறது

தாயின் குடலுக்குள் நிரம்புகிறது
தாகம் தணிக்க வேண்டிய தண்ணீர்

காளைக் கன்று மெல்ல
தன் கால் பிடி விலக்குகிறது

தலையை தலையை ஆட்டுகிறது
தவித்தபடியே தாய்ப் பசு

உன்னால் ஈன முடியும்
என் போல் எத்தனையோ கன்றுகளை

நான் இறந்தால் அது என்னோடு போகும்
நீ இறந்தால்..?
என்று சொன்னதோ என்னவோ
மெல்ல தாயின் தலையிலிருந்து நழுவி
விழுந்தது கன்று மரணப் பள்ளத்தில்

சற்று முன்தான்
இதேபோல் வந்து சேர்ந்திருந்தது
ஆசை ஆசையாய் தாய் பூமிக்கு

கண்ணீர் மல்கக் கதறியது தாய்

இறுதி மூச்சுக்கு இடையூறு வந்தபோது
ஏறி நின்றது கன்றின் உடல் மேல்
கருணையே வடிவான தாய்
கருணையே வடிவானதால்

*

57. கைவிடப்படும் காவல் தெய்வங்கள்

அலையற்ற நடுக்கடலில் மேலும் கீழுமாக
அதிவேகமாக அலைவுறும் மிதவை
மிக மௌனமாக
மிக உறுதியாக
உலகுக்கெல்லாம் எச்சரிக்கை செய்கிறது
பேரழிவு நிலநடுக்கம்
கடலோர கிராமங்களை அழிக்க அனுப்பியிருக்கும்
ராட்சஸப் பேரலையின் இரண்டாம் வருகையை

கூர் நுண்ணுணர்வு கொண்ட வரைபடக் கருவி
வரவிருந்த அபாயத்தை
ஏற்கெனவே
அலறி அடித்துக்கொண்டு அறிவுறுத்தியிருந்தது
(மாரடைப்பு காலத்தில்
படபடவெனத் துடிக்கும்
இறுதி இதயத்துடிப்பு போல் அது அலைவுற்றது)

புவித் தொடர்புகளுக்கு அப்பால்
இறகசைக்காமல் மிதக்கும் செயற்கைக்கோள் பறவை
படம் பிடித்துக்காட்டியிருந்தது
அழிவு அலையின் இப்போதைய வழித்தடத்தை

கரை நோக்கி விரையும்
கலவரப் பறவைக்கூட்டத்தைக் கண்டு
கை கொட்டிச் சிரித்தன
கடலோரக் கல் மண்டபங்களில்
தலை கீழாகத் தொங்கும் வெவ்வால்கள்
(இவற்றுக்கு இவற்றின் வழித்தடத்தில்
குறுக்கிடும் தடைகளை உணரும்
நுண் திறன் மட்டுமே உண்டு)

கடலுக்கடியில் இருக்கும் எரிமலை வெடிக்கையில்
அல்லது
கடலடிப் பூமி பிளவுறுகையில்
நன்னீர் ஆறுகள்
காலகாலமாகச் சேகரமாகியிருந்த கடல் நீர் மட்டுமல்ல
இருள் ஆழத்தில் வேரூன்றி வளர்ந்திருந்த
கடல் தாவரங்கள் மட்டுமல்ல
உவர் நீருக்குப் பழகியிருந்த உயிரினங்கள் மட்டுமல்ல
கரையேறித் தப்பியவையும்
கடலோர நகரங்களும்சேர்ந்தே
கரும் பூதக் கடலால் விழுங்கப்படும்

கடல் நீர் உள்வாங்கிவிட்ட கடற்கரையில்
உதயசூரியனின் அழகை ரசித்துக்கொண்டிருக்கின்றன
முதுமையின் உலகம்

கிளிஞ்சல்கள் பொறுக்கிக்கொண்டிருக்கின்றன
பிஞ்சுப் பாதங்கள்

பின் வாங்கிய நீர்த்தடத்தைப்
பின் தொடர்ந்து செல்கிறது
பருவ வயதின் அறியாமை

பாதுகாப்பான மேடுகளுக்கு விரையும்படி
பார்ப்பவரையெல்லாம் கையெடுத்துக் கெஞ்சும்
முது மூப்பனைப் பார்க்கப் பரிதாபமாக இருக்கிறது

அவர் தப்பிக்க ஆயிரம் வழிகள் இருக்கின்றன
இருந்தும்
ஒரே ஒரு உயிருக்காவது
உண்மையை உணர்த்திவிட வேண்டுமென்று மன்றாடுகிறார்
மரணக் கடற்கரையில் நின்றுகொண்டு

கேலி செய்தபடி அவரைப் புறந்தள்ளும் உங்களுக்கு
அவர் சொல்வது புரியவரும்போது
நீங்கள் பிணமாகிவிட்டிருப்பீர்கள்

வந்து போன ஆழிப்பேரலையின்
முதல் வருகையைத் தெரிந்துகொண்டு
வரப்போகும் ஆழிப்பேரலையின்
இரண்டாம் வருகையைப்
மிகுந்த வருத்தத்துடன் எடுத்துச் சொல்லும் அவரால்
ஒரே ஒரு உயிரைக்கூடக்
காப்பாற்ற முடியாமல் போவதென்பது
காவிய சோகமே

இறுதி நொடியில் அவர்
கடலுக்குள் பாய்ந்தேறிச் சென்ற மரக்கலம்
பிணங்கள் மிதக்கும் கடலில்
மெல்ல மெல்ல அசைந்தாடுகிறது

எங்கும் நிறைந்த செயற்கைக்கோள் போல்
எல்லாம் வல்ல நடுக்கடல் மிதவை போல்
எல்லாம் உணர்ந்த நிலநடுக்க வரைபடக் கருவிபோல்
கண்கள் மூடி கற்சிலையாய்
அசைவற்று அமர்ந்திருக்கின்றன
கடலோரக் காவல் தெய்வங்கள்

வேறென்ன
காவல் தெய்வங்களால்
யார் மூலமாவது எதன் மூலமாவது
வழியைக் காட்டத்தான் முடியும்
அந்த வழியில்
நடக்க வேண்டிய கால்கள் நம்முடையதுதானே!

*

B.R. மகாதேவன்

58. துரோகத்தின் சம்பளம்

இப்போதெல்லாம்
ஒரு வலிமை மிகு வன விலங்கை உங்கள் வழிக்குக்
கொண்டுவர
அதை இரவு பகலாகக் கண் விழித்து
துரத்தித் துரத்திச் சென்று
வேட்டையாடிப் பிடிப்பதில்லை நீங்கள்

உங்கள் கும்பலின் தொழில் நுட்பம் வளர்ந்துவிட்டது

எனவே அது நீர் அருந்த வரும் நதிக்கரையில்
ஒரு புதரோரம் மறைந்து நின்று
சிறு துப்பாக்கியால் மயக்க மருந்து தோட்டாவைக்
குறிபார்த்துச் செலுத்திவிடுகிறீர்கள்

அதுபோல் அதை வழிக்குக் கொண்டுவர
சங்கிலி பூட்டி சிறையில் அடைப்பதில்லை

அதைப் பள்ளத்தில் தள்ளி
பட்டினி போட்டுக் கொடுமைப்படுத்துவதில்லை

அதைச் சாட்டையால் அடித்துக்கொண்டிருப்பதுமில்லை

உங்கள் கும்பலின் விஞ்ஞானம் வளர்ந்துவிட்டது
அதன் கழுத்தில் அல்லது காலில்
ஒரு சிறிய இடம் காண் கருவியையும்
குட்டி கேமராவையும் மாட்டிவிடுகிறீர்கள்
அதன் பின் அந்த விலங்கைத் தப்பி ஓட விட்டும்விடுகிறீர்கள்
அதுவும் இனிய தூக்கத்திலிருந்து எழுந்ததுபோல்
துள்ளிக் குதித்து ஓடிவிடுகிறது

ஆனால்
அதன் பின் அதன் ஒவ்வொரு காலடித்தடமும்
உங்களுக்குத் தெரிந்துவிடுகிறது
அதன் ஒவ்வொரு பாய்ச்சலும்
உங்களுக்குத் தெரிந்துவிடுகிறது

அது ஒளிந்துகொள்ளும் இடம் தெரிந்துவிடுகிறது
அது ஓய்வெடுக்குமிடம் தெரிந்துவிடுகிறது
அது ஓய்வெடுக்கும் நேரம் தெரிந்துவிடுகிறது

அதோடு அந்த கருவியில்
மின் காந்த அதிர்வை உண்டாக்கி அந்த விலங்கு
திரும்ப வேண்டிய திருப்பங்களைத் தீர்மானிக்க முடிகிறது
அந்த விலங்கு
போக வேண்டிய வேகத்தைத் தீர்மானிக்க முடிகிறது
அந்த விலங்கு
தங்க வேண்டிய இடத்தைத் தீர்மானிக்க முடிகிறது

அது பருக வேண்டிய நீரை
அது உண்ண வேண்டிய உணவைத் தீர்மானிக்க முடிகிறது
அதன் நண்பர்களைக்கூடத் தீர்மானிக்க முடிகிறது
எந்த விலங்கின் அருகில் அதிக நேரம் செலவிட வேண்டும்
எதனிடமிருந்து விலக வேண்டும் என்பதையும்
தீர்மானிக்க முடிகிறது

எல்லாவற்றுக்கும் மேலாக
அதன் மந்தை இருக்கும் இடம் தெரிந்துவிடுகிறது

நல்லது.
உங்கள் தந்திரமும் உச்சத்தை எட்டிவிட்டது.

ஒரு விலங்கின் வேட்டையை எளிதில் முடித்த நீங்கள்
ஒரு மந்தையை
அதைவிட எளிதில் அடிமைப்படுத்திவிடுகிறீர்கள்

நீங்கள் செய்வதெல்லாம்
இடம் காண் கருவியை நீங்கள் மாட்டும் கழுத்து
மந்தையின் தலைவனுடையதாக
இருக்கும்படிப் பார்த்துக்கொள்கிறீர்கள்

சுருக்கமாகச் சொல்வதென்றால்
தலைவனைக் குறிவைத்துத் தூக்குகிறீர்கள்.

அந்த மந்தையை அதுவே உங்கள் பக்கம்
அதற்குத் தெரியாமலேயே
அழகாக அழைத்துவந்துவிடுகிறது
அதுவரை அதுவே
அந்த மந்தையின் தலைவனாக இருக்கும்படியும்
நீங்கள் பார்த்துக்கொள்கிறீர்கள்

ஆனால் ஒன்று
எல்லா நேரங்களிலும்
எல்லா தலைவனும்
நீங்கள் எதிர்பார்த்ததுபோல்
தன் மந்தையை
உங்களிடம் ஒப்படைத்துக்கொண்டே இருக்காது

என்றாவது நீர் அருந்தும்போது
நதியின் அலை குறைந்த நொடியில்
அல்லது
கால் முடி விலக்கிப் பார்க்கையில்
நீங்கள் மாட்டிவிட்ட இடம் காண் கருவியை
அது இனம் கண்டுகொண்டுவிடவும் வாய்ப்பு உண்டு.

அதன் பின்
தனது மந்தையின் பலம்
மெல்ல மெல்லக் குறைவது
ஏன் என்பது புரிந்துவிடும்

தமது வாழிடங்கள் சுருங்குவது
ஏன் என்பது புரிந்துவிடும்

அதன் பின் அந்தத் தலைவனும்
அவன் அழைத்துவரும் மந்தையும்
கூடவே இருந்து உங்கள் கும்பலுக்குச் செய்வது
அதி பயங்கரமாக இருக்கும்

இரு கை விரித்து
வான் பார்த்துக் கதறி
ஏன் எம்மைக் கைவிட்டீர் எம் ஆண்டவரே என்று
உங்கள் ஒட்டுமொத்த கும்பலும்
கடைசி சொட்டு ரத்தமும் வடியும்வரை
துடிதுடிக்க வேண்டியிருக்கும்
துரோகத்தின் சம்பளம்
துடிதுடிக்க மரணம்

தந்திரத்தின் சம்பளம்
தாங்க முடியாத நரகம்

அம்பலப்பட்டு அழுகிய ஆன்மாவுக்கு
அதன் பின் உயிர்த்தெழுதல் ஏது?
கொலைக்கருவிகளில் வழிவது
தியாகத்தின் குருதியாக எப்படி ஆகும்?

✳

B.R. மகாதேவன்

59. தொலைதூர நேசங்கள்

விண்வெளி நட்சத்திரங்களாய்
வெகு தொலைவில் சஞ்சரிக்கின்றன
நமக்கான நேச சக்திகள்

அவற்றின் பேரொளி நம்மை
உரிய காலத்தில் வந்தடைவதும் இல்லை
உரிய அளவில் வந்து சேருவதும் இல்லை

நம்மைக் கருவறுக்கத் துடிக்கும் கயவர் கூட்டமோ
சுட்டெரிக்கும் சூரியனாக
நம் தலைக்கு வெகு அருகில் தகிக்கிறது

நமது தாகம் தணிக்கும் நன்னீர் ஓடைகள்
பூமிக்குள் வெகு ஆழத்தில் ஓடுகின்றன

எந்தப் பசுவாலும்
பாதாள நன்னீர் ஓடையின் ஈரப்பதத்தைப்
படுத்துறங்கி அடையாளம் காட்டவே முடியவில்லை
(பாவம் காலவெளியில் அது நிற்க இடம் கிடைக்காமல்
நடந்துகொண்டேயிருக்கிறது)

ஆனால் நமது காலடி நிலத்துக்குள்
வெகு அருகில் கொதித்துக்கொண்டிருக்கின்றன
பகைமையின் எரிமலைக் குழம்புகள்
மிருதுவான மேலடுக்கின் வழி
வெடித்துச் சிதறிக்கொண்டே இருக்கின்றன
காலத்தை வென்று நிற்கும்
நம் வலுவான கல்மண்டபங்களே
நம் கல்லறைகளாகவும் ஆகிவருகின்றன

O

எளியோரான நமக்கு இப்போது தேவை
தலைக்கு மேலே சிறு கூரை

கொடுங்குளிரில் இருந்தும்
சுட்டெரிக்கும் வெப்பத்திடமிருந்தும்
வன் மிருகங்களிடமிருந்தும்
விஷ ஜந்துக்களிடமிருந்தும் காக்கும்
நால் திசைச் சுவர்கள்

ஆனால்
பலிதானிகளின் ரத்தம் கொண்டுதான்
கெட்டி இறுக்க வேண்டியிருக்கிறது
நமது சுவர்களின் செங்கல்களை

படுகொலை செய்யப்பட்ட உடல்களைத்தான்
மேற் கூரையாகக் கிடத்தி வைக்க வேண்டியிருக்கிறது

தூக்கம் வராமல் புரளும் கண்களுக்கு
அந்த பிணங்களின் ஆடைகள்
முடிவற்று வீசும் காற்றில்
படபடப்பது தென்படுகிறது

மூடப்படாத செவிப்பறையில்
அவற்றின் படபடப்பு மென்மையாகக் கேட்கிறது

அடைபடாத நாசிகளுக்கு
அந்த அறை
தியாகத்தின் பிணவறை என்பது புரிந்திருக்கிறது

பாலை நிலத்து வணிகர்கள்
கொண்டுவந்து கொட்டியிருக்கிறார்கள்
ஏராளமான நறுமணத் தைல குப்பிகளை
நம் கிணறுகளில்

பனிப் பிரதேசத்து உபதேசிகள்
கருஞ்சிவப்பு ரோஜா மலர்த் தோட்டம் ஒன்றை
நம் புறவாசலில் நட்டு வைத்திருக்கிறார்கள்

தைல நறுமணத்தை முகர்ந்தபடி
அழகிய பூக்களை ரசித்தபடி
நம்மவர்கள்
நிம்மதியாக உறங்குகிறார்கள்
பலிதானிகளின் பிணங்களின் நடுவே

*

B.R. மகாதேவன்

60. வேகமாகத் தரையிறங்கும் கழுகு

நமது படைத்தளபதிகள்
வலுக்கட்டாயமாக திராட்சை ரசம் புகட்டப்பட்டு
தீப்பந்த வெளிச்சம் படராத
இருண்ட தெருக்களில் கிடத்தப்பட்டிருக்கிறார்கள்

நமது குதிரைப்படைகளின்
கண்கள் தோண்டப்பட்டுவிட்டன
(கண் பட்டிக்குப் பின்னால் அவற்றின் கண்கள்
விழிப்புடன் கண்காணிப்பதாக நாம் நம்புகிறோம்)

நம் யானைப்படைகளை வழிநடத்தும்
முரசுகள் தொய்ந்துவிட்டன
அவற்றைக் கட்டுப்படுத்தும் அங்குசங்கள்
தவறான கைகளுக்கு என்றோ சென்றுவிட்டன

நம் காலாட்படைகளுக்குள் ஊடுருவிவிட்டன
எதிரி நாட்டு வீரர் கூட்டம்

எந்த நிமிடமும் நம் பக்கம் திருப்பப்படலாம்
நம் அருகில் இருப்பவனின் ஈட்டி
எந்த நொடியிலும் வந்து பாயலாம்
நம் அருகில் இருப்பனின் விஷம் தோய்ந்த அம்பு

நமது நல்லெண்ணத் தூதுவர்கள்
ஒரு கன்னத்தில் அறைந்தவனுக்கு
மறுகன்னத்தைக் காட்டாத குற்றத்துக்காக
மண்டியிட்டு மன்னிப்புக் கேட்டுக்கொண்டிருக்கிறார்கள்
அண்டிப் பிழைக்கும் நாடுகளில்

நால் திசைக் குறுநிலங்களில்
நம் குருதிப்புனல் பெருக்கெடுத்து ஓடுகிறது
அதில் பிரதிபலிக்கும்
தன் அழகிய முகத்தையும் கிரீடத்தையும்
அடிக்கடி பார்த்து ரசித்துக்கொள்கிறார்கள்
குறுநில மன்னர்கள்

பெரு வணிகர்களுடனான
முடிவற்ற ஒப்பந்தங்களில்
தனது மிக நீண்ட கையெழுத்தைத்
துண்டுச் சீட்டைப் பார்த்து
சித்திரமாகத் தீட்டிக்கொண்டிருக்கிறார்
நம் குறநில மன்னர்

சக குறுநில மன்னர்களுடன் கை குலுக்கிக்கொண்டு
குருதிப்புனலின் கரையோரமாக அமர்ந்துகொண்டு
அரசே வடித்த பட்டைச் சாராயத்தை
நிதானமாகப் பருகிவருகிறார்.

நம் சக்கரவர்த்தி
ராஜ்ஜியத்தின் இயற்கை அரண் எல்லையோரங்களில்
தேர் வழிச் சாலை அமைத்துக்கொண்டிருக்கிறார்
(ஆனால் சிகரங்களோ எதிரிகள் வசம் சிக்கிவிட்டன)

சர்வ தேசப் புல்வெளிகளில்
வல்லரசு நாட்டுத் தலைவர்களுடன்
தேநீர் அருந்தியபடியே நம் சக்கரவர்த்தி
அஸ்தமன சூரியனை ரசித்துக்கொண்டிருக்கிறார்

எங்கு சென்றாலும் அவருடைய தலை
நம் தேசத்தையேதான்
பார்த்துக்கொண்டிருக்கிறது என்றாலும்
அது இருளால் சூழப்பட்டுக்கொண்டிருக்கிறது

வல்லரசுகளின் வானுயர் கொடியிலிருந்து
நம் பக்கம் உதிர்ந்துகொண்டிருக்கின்றன
வாசனையற்ற காகித மலர்கள்

வீட்டுச் சிறையில் அடைத்துவிட்டதாக
நாம் நினைத்துப் பெருமிதப்படும்
எதிரி நாட்டு ஒற்றர் படைத் தலைவி
ஜெப மாலையை உருட்டியபடியே
புன்னகைத்துக்கொண்டிருக்கிறாள்

கூடுவிட்டு கூடு பாயும் கலை கற்ற
அந்த சூனியக்காரியின்
உடலை மட்டுமே சிறை வைத்திருக்கிறோம்
அவளின் ஆவி
நம் தேசம் முழுவதும்
கரிய நிழலைப் படரவிட்டபடி பறந்துகொண்டிருக்கிறது

ராட்சஸக் கழுகின் நிழலில் சிக்கிய கோழிக் குஞ்சாக
நம் தேசம் நடுங்கிக்கொண்டிருக்கிறது
கழுகு அதி விரைவாகக் கீழிறங்கி வருகிறது
இரு பக்க இறக்கைகளை அகல விரித்தபடி
எந்தத் திசையில் ஓடினாலும் கடக்க முடியாதபடி
முடிவற்று விரிகிறது
குஞ்சுகளின் மேல் படரும் கரு நிழல்

தானிய மணிகளைக் கொத்திக் கொத்திச் சேகரித்து
தன் வாய்க்குள் அடக்கிக் கொண்டுவருகிறது தாய்க் கோழி
பாவம்
தாடை முழுதும் நிரப்பிக்கொண்டிருக்கும் தானிய மணிகளை
ஆசையுடன் கொண்டுவந்து கொட்டும்போது
எந்தக் குஞ்சுதான் உயிருடன் இருக்கும்?

*

61. வேதாள பூமி

விக்ரமாதித்யன் தன் விஜய ரதம் ஏறி
சாவகாசமாக வந்து பார்த்தபோது
தென் புலத்தில் இரண்டு பிணங்கள்
வழியை அடைத்தபடி விழுந்து கிடந்தன

ஒரு பிணத்தின் உடலில்
துர் ஆத்மாக்கள் குடிகொண்டிருந்தன
சரியாகச் சொல்வதென்றால்
பரிசுத்தப் பேயும்
இதயத்திடம் மிரட்டிப் பேசி
தவறாக வழி நடத்தும் சாத்தானும்
அந்தப் பிணத்தினுள் குடிகொண்டிருந்தன

இது ஒரு வகையில் உலக அதிசயம் தான்
ஒரே உடம்பில் இரண்டு துர் ஆன்மாக்கள் என்பது மட்டுமல்ல
இரண்டு பகை ஆன்மாக்களுமான அவை
ஒரே உடலில் ஒற்றுமையாக என்பது
உலக அதிசயங்களிலேயே உலக அதிசயம்

இன்னொரு பிணமானது
தலை திரும்பிக் கிடந்தது
அதாவது
அதன் தலை குப்புற விழுந்து
மண்ணுள் புதைந்து கிடந்தது
உடம்பு மட்ட மல்லாக்க வானம் பார்த்துக் கிடந்தது

தன் முயற்சியில் சற்றும் மனம் தளராத விக்ரமாதித்யன்
துராத்மாக்கள் குடிபுகுந்திருக்கும் உடம்பைத்
தூக்கிச் சுமக்க முடியாது என்று தீர்மானித்து
அதைக் காலால் ஒரு ஓரமாக உதைத்துத் தள்ளிவிட்டுத்
தலை திரும்பிய உடம்பைத்
தூக்கித் தோளில் போட்டுக்கொண்டு
தேரை நோக்கிக் கிளம்பினான்

B.R. மகாதேவன்

துராத்மாக்கள்
தமக்குக் கிடைத்த உடலை வைத்துக்கொண்டு
வழியை மறித்துப் பேயாட்டம் போட்டன

விக்ரமாதித்தன் தனியாக இருந்திருந்தால்
அவற்றை எதிர்த்துத் தீவிரமாகக் களமாடியிருக்க முடியும்

தலை திரும்பிய வேதாளத்தைத்
தோளில் போட்டுக்கொள்ளாமல் இருந்திருந்தாலும்
எளிதில் சமாளித்திருக்க முடியும்

அல்லது ஈரேழு உலகங்களிலும்
வெட்டிக் கொன்றும் குத்திக் கொன்றும் சாகும்
துராத்மாக்களை அவற்றின் இயல்புடன்
இங்கும் மோத விட்டிருந்தால்
விஜய யாத்திரை எளிதில்
விந்தியத்துக்கு அப்பாலும் தொடர்ந்திருக்கும்

ஆனால் தலை திரும்பிய வேதாளத்தை வைத்து
துராத்மாக்கள் குடிகொண்ட வேதாளத்தைச்
சமாளிக்கலாமென
வித்தியாசமான வியூகம் வகுத்திருந்தார் விக்ரமாதித்யன்

அதுகூடத் தவறில்லைதான்
ஆனால்
தலை திரும்பிய வேதாளத்தைத்
தோளில் தூக்கிப் போட்டுக் கொள்வதற்கு முன்பாக
அதன் தலையையும் உடம்பையும்
ஒரே திசையைப் பார்ப்பதாக ஆக்கியிருக்க வேண்டும்

முதலில்
தலை திரும்பிய வேதாளத்தின்
ஒன்றுக்கும் உதவாத உடம்பை மட்டும்
உயிர்ப்பித்து வைத்துக்கொண்டு
துராத்மாக்களை எதிர்த்துப் போரிட்டார்

அது பொண கனம் கனத்தது

எனவே அந்தப் போரில்
மிகக் கடுமையாகக் காயம்பட்டார்

உண்மையில் அவருக்குக் காயம்படவில்லை
ஏனென்றால் அவருக்கு ஏகப்பட்ட கவசங்கள் உண்டு

அவர் ஏறி வந்த ஆதி அந்தமில்லா தேரும்
அதை இழுத்து வந்த நான்கு குதிரைகளும்தான்
வெகுவாகத் தாக்கப்பட்டன
துராத்மாக்களின் துல்லியத் தாக்குதல்கள்
அத்தனை நேர்த்தியானவை

மிக நீண்ட தோல்விக்குப் பின்
விக்ரமாதித்யன் இப்போது
தலையை மட்டும் உயிர்ப்பித்துப் போராடலாம்
என்று நினைப்பதுபோல் தெரிகிறது

மீண்டும் ஒரு
இமாலயத் தவறாகத் தானே அதுவும் ஆகும்

இமயவரம்பனுக்கு
விந்திய நிலவியல் ஏன் இன்னும் பிடிபடவில்லை?

ஈரேழு உலகம் முழுவதும்
பகைகொண்டு திரியும் துராத்மாக்களை
மோதவிட முடியாத நிலையில்
தலை திரும்பிய வேதாளத்தைத்
தலையுடனும் உடம்புடனும்
ஒரே திசை பார்க்க
உருப்படியாக உயிர்ப்பித்துக்கொள்வதே
ஓரளவு வெற்றி தரும்

இரண்டு வேதாளங்களை ஒரே நேரத்தில்
மோதி அழிக்கவே முடியாது

அதோடு
விந்தியத்துக்கு அப்பாலான
விக்ரமாதித்யனின் தோல்வி
அவனுடைய தோல்வி மட்டுமே அல்ல

விக்ரமாதித்யன் இதை
விரைவில் கற்றுக்கொண்டுவிட வேண்டும்
இல்லையெனில்
விந்திய பூமி வேதாள பூமியாகிவிடும்.

❋

62. கண்ணுக்குத் தெரியாத காயங்கள்

கண்ணுக்குத் தென்படும்
காயங்கள் படுபவர்கள் பாக்கியவான்கள்

அவர்கள் உடம்பில் வழியும் ரத்தத்தைத் தடுத்து நிறுத்த
ஒரு சில கரங்களேனும் மென் பஞ்சுடன் நீளும்

அவர்கள் உடம்பில் ஏற்படும் புண்களை ஆற்ற
ஒரு சில கரங்களேனும் களிம்புடன் நீளும்

அவர்கள் உடம்பில் தென்படும் ஊனத்தைக் கண்டு
ஒரு சில உள்ளங்களேனும் உண்மையாய் உருகும்

எந்தக் காயத்துக்கும்
எந்த ஆறுதலும் போதுமானதல்ல எனினும்
ஒரு ஸ்பரிசம்
ஓர் அரவணைப்பு
ஓர் இதம்
எப்படியும் கிடைத்துவிடும்

மேலும்
கண்ணுக்குத் தென்படும் காயங்கள்
காலப்போக்கில் ஆறியும்விடும்.

ஆனால் மனதில் காயம்படுபவர்கள் அப்படியில்லை
அவர்களுடைய
மென்மையான மனதில்
நிராசைகளின் ரத்தம் கசியும்போது
வலியில் துடிப்பார்கள்

நாமோ
அவர்களுக்கு எங்கு அடிபட்டதென்று தெரியாமல்
முதலில் குழம்புவோம்

கைவசம் இருக்கும் ஸ்நேகத்தின் களிம்பை
எங்கு தடவ என்று தெரியாமல் தவிப்போம்

அல்லது
எவ்வளவு தடவியும் ஆறாத அந்தக் காயத்தின்
வலியில் அவர்கள் மேலும் துடிக்கவே
நமக்கு
அவர்களின் 'நடிப்பு' கோபத்தைத் தரத் தொடங்கும்

காயம்பட்ட அவர்களின் மனதை
நம் பங்குக்குக் குத்திக் கிழிக்க ஆரம்பிப்பது அப்படித்தான்

அதன் பின்
அவர்களுடைய பலவீனமான மனதில்
சந்தேகத்தின் புண்கள் முளைக்கும்போது
நாம் அதை மேலும் கீறிப் புண்ணாக்குவோம்

அவர்களுடைய சிதைந்துபோன மனதின் குமுறல்களால்
மொழியின் நாகரிக வரம்புகள் மீறப்படும்போது
நாம் அவர்களை
மீள முடியா மௌனங்களுக்குள் தள்ளுவோம்

அவர்களுடைய பாதுகாப்பற்ற மனதின் ஊனங்கள்
அவர்களை முடக்கிப் போடும்போது
நாம் அவர்களைத் தனிமைச் சிறைக்குள் அடைப்போம்

பால் மடி தேடும் கன்றின் முகத்தில்
முகக்கூடை மாட்டும் கயமை

யாசகம் கேட்டு நீளும் பிஞ்சுக் கரங்களைச்
சூட்டுக்கோலால் பொசுக்கும் கொடூரம்

ப்ரியத்தின் தாகத்தால் தவிக்கும் தொண்டையில்
புறக்கணிப்பின் திராவகத்தை ஊற்றும் கொடூரம்

முடிவற்றும் நீளும் கொடிய இரவுகளுக்கு
நாம் கொடுக்கும் தீர்வென்பது
தானாகக் களைத்துப் போய்
கண்கள் இருண்டு
மயக்கத்தில் வீழ்வதுவே

எவ்வளவு உமிழ் நீர் கொண்டு நனைத்துக்கொண்டாலும்
ஆறாது அந்தப் புண்கள்
எவ்வளவு காற்று பட்டாலும் மூடாது
திறந்து கிடக்கும் அந்தச் சிரங்குகள்

நிரந்தக் கோடாய் வழிந்துகொண்டிருக்கும் சீழ்கள்

எதுவும் நாம் திட்டமிட்டுச் செய்வதில்லை என்றாலும்
அவை அப்படியாகவே நடந்தேறும்

எதுவும் கடந்து போகாது
அல்லது புதிது புதிதாக ஒவ்வொன்று
வந்துகொண்டே இருக்கும்

○

ஆதி காலப் புல்வெளிகளின் பச்சைப் பசுமையை
இன்னும் சுமந்து திரியும் மனக் கண்களா

சலசலவென ஓடும் நீரோடைகளின் மெல்லிய இசையை
இன்னும் கேட்டுக்கொண்டிருக்கும் நுட்பமான செவிகளா

வன மூலிகைச் செடிகளிலிருந்து வீசும்
தென்றல் காற்றை ஆழச் சுவாசிக்கும் நாசிகளா

எது அந்த ஆழ்மனதின் ஆவினங்களை
மூர்க்கம் கொள்ளவைக்கிறது

வளர்ப்பு மிருகமாக வாழ நேரும் வேதனையா?

எல்லா உயிர்களும் அதனதன்
மாயச் சிறைக்குள்தானே அடைபட்டுக் கிடக்கின்றன
எதற்காக இந்த நிலைகொள்ளாத திமிறல்?

நிரந்தர இருளுக்குள்
முடிவற்றுக் கேட்டுக்கொண்டிருக்கிறது
நிராதரவின் உறுமல்

அறுத்துக்கொண்டு செல்லும் நாட்களில்
ஓநாய்க் கூட்டத்தால் துரத்தப்பட்டு
ஏதேனும் ஒரு பாறை உச்சியில்
நில்லாது பொழியும் பனியில்
ரத்தமெல்லாம் உறைந்துகிடக்க
குற்றுயிரும் குலையுயிருமாக மீட்கப்படுவதுதானே
வாடிக்கையாயிருக்கிறது

எப்படி அறுத்துவிடுவது
மெல்லுடல் பொதிந்த மனதுகளை?

அடிவாரத்துக்கு வந்த பின்னும்
ஆதி கால மலையைச் சுமந்து திரிவது
அவற்றின் மடமையா
அல்லது
நுகத்தடியில் பூட்டப்பட்டு
ஏற்றி வைக்கும் சுமைகளையெல்லாம்
எந்த முணு முணுப்புமின்றி இழுக்கும்
நம்முடைய சொரணையின்மையா?

இவற்றுக்கு அடைக்கலம் தரும்
சின்னஞ்சிறு தொழுவங்களின் மேற்கூரைகள்
எதனால் நிரந்தரமாகப் பற்றி எரிகின்றன?

மரணமே விடுதலை என்று மளமளவென
மலை உச்சிக்கு ஏறும் காயம்பட்ட மனது
எந்தப் பள்ளத்தாக்கு நீரோடையைப் பார்த்து
பாதுகாப்பான பள்ளத்தில்
குதித்துத் தப்புகிறது என்றும் தெரியவில்லை

எந்தச் சரிவில் முளைத்திருக்கும் இளம் தளிரைப் பார்த்து
சொற்பச் சிரய்ப்புகளுடன் மீள்கிறது என்றும் தெரியவில்லை

பாவம்
மீண்டு வந்து மீண்டு வந்து
நம்மிடம் சிக்கிக்கொள்கிறது.

தானாக விடுதலை தேடிக்கொள்ள முடியாத
காயம் பட்ட மனதுக்கு
நாம் விடுதலை வாங்கித் தந்துவிட முடியுமா?

காப்பாற்றுவோம் என்று நம்பியே குதிக்கும்
காயம்பட்ட மனதைக் கைவிட்டுவிட முடியுமா?

உருளப்போகும் பாறையில் கால் பதித்துக்கொண்டு
உயிர்ப் பிச்சை கேட்டுப் பதறும் கரங்களை
உதறிவிட முடியுமா நம்மால்?
உயிரின் இறுதிச் சுடர் ஒளிரும் கண்களைப் பாராமல்
எப்படி மூடிக் கொள்ள முடியும் நம் மெல்லிய இமைகளை?

வேடிக்கையான வேதனைதான்
காயம் படும் மனதுக்கு
நம்மால் ஆறுதல் மட்டுமல்ல
விடுதலைகூடத் தர முடியாது.

செவிலித் தாயைக் கூடச் சினங்கொள்ளவைக்கும்
காயம் பட்ட மனதுகள்
பாவம்
கண்ணுக்குத் தென்படும் காயங்களுக்குக் கிடைக்கும்
கரிசனத்தைப் பார்த்து வெகுளியாக
பிளேடால் கைகளை அறுத்துக்கொள்கின்றன
வாயிலும் வயிற்றிலும் அடித்துக்கொள்கின்றன
கைக்குக் கிடைப்பவற்றை வீசி எறிந்து உடைக்கின்றன

கண்ணுக்குத் தெரியாத காயத்தின் களிம்பு எது?

பெருங்கருணையா
முழு விலகலா
அல்லது
முழு விலகலுடனான பெருங்கருணையா?

∗

63. நடுநிலை நியாயவான்களே

நடுநிலை நியாயவான்களே
நீங்கள் இறுதித் தீர்ப்பை வாசிக்கும் முன்
கொஞ்சமேனும்
எம் மீதான குற்றப்பத்திரிகையை
மனதுக்குள்ளாகவாவது வாசித்துவிடுங்களேன்

செடிகளுக்கு நீரூற்ற வேண்டும்
பூனைக் குட்டிகளுக்கும் பால்கொடுக்க வேண்டும்
என்பதுபோல்
எங்கள் உயிர் போகும்வரை
துடி துடிக்க நாங்கள் தூக்கிலிடப்பட வேண்டும் என்று
இறுதித் தீர்ப்பை எழுதும் முன்
கொஞ்சமேனும் நிமிர்ந்து பாருங்களேன்

தீர்ப்பு எழுதும் பேனாவின் மை காயும் முன்
உங்களுக்கான சம்பளம் தரப்பட்டுவிடுவது மட்டுமே
போதுமானதா உங்களுக்கு

பேனா முனையை உடைக்ககூடச் செய்யாமல்
தங்கப்பதக்கம் போல்
சட்டையில் குத்திக்கொள்ளவும் செய்கிறீர்கள்

எழுதிக் கொடுக்கப்பட்ட தீர்ப்பை வாசிக்கும்போது
உங்கள் முகத்தில் தென்படும் சாந்தம்
உங்கள் குரலில் தென்படும் தெளிவு
உங்கள் தோற்றத்தில் வெளிப்படும் கண்ணியம்
அதி உயர்ந்த செயலைச் செய்வது போன்ற தோரணை
எல்லாம் எல்லாம்
நீவிர் வழங்கும் அநீதித் தீர்ப்பை விட
எம்மை நிலைகுலைய வைக்கின்றன

நீதி தேவதையின் கண்கள்
கட்டப்பட்டிருப்பதன் காரணம்
வாதி பிரதிவாதியின் முகம் கண்டு
எந்த விருப்பு வெறுப்பும் வந்துவிடக்கூடாதென்பதற்குத்தானே
அல்லாமல்
எம் மீதான குற்றப்பத்திரிகையையே வாசிக்காமல்
தீர்ப்பு வழங்குவதை ஊக்குவிக்க அல்ல;

யாம் குற்றவாளிக் கூண்டை
இறுகப் பற்றிக்கொண்டு நிற்பது
திமிரைப் போல் உமக்குத் தோன்றுகிறதா?

வாய்ப்பு உண்டு

எம் முதுகில் குத்தப்பட்டிருக்கும் குறுவாள்
உம் உயரமான
தொலைவான
நடுநாயகமான
இடத்தில் இருந்து பார்த்தால் தெரியாது

எம் உடைகளில் படிந்திருக்கும் ரத்தக்கறை
குழந்தையைக் கொன்றதால் அல்ல;
குழந்தையைக் கொல்ல வந்த ஓநாயைக்
குண்டாந்தடியால் அடித்துக் கொன்றதால் ஏற்பட்டது
என்பது தெரிந்த பின்னும்
பச்சிளம் குழந்தையின் உடம்பிலிருக்கும் நகக்கீறல்களுக்கு
யாமே காரணம் என்று
ஓநாய்க் கூட்டத் தலைமை எழுதிக் கொடுத்த
இறுதித் தீர்ப்பை வாசிக்கிறீர்கள்

பசுத்தோல் போர்த்திக்கொண்டு அமர்ந்திருக்கின்றன
அத்தனை ஓநாய்களும்
அத்தனை இருக்கைகளிலும்

எம் பலிதானங்களுக்கெல்லாம்
அவதூறுக் காரணங்களை அட்சரம் பிசகாமல் ஒப்பிக்கிறீர்

நரக வாழ்வு தவிர்க்க முடியாததாகும்போது
வாட்டி வதைக்கும் கிங்கரர்களைப்
புகழக் கற்றுக்கொள்ளுங்கள் என்று
புனித மறை ஓதுகிறீர்கள்

கைவிடப்படும் காவல் தெய்வங்கள்

நீவிர் எந்த வழக்கில் மாட்டிக்கொண்டிருக்கிறீர்
என்பதும் எமக்குத் தெரியவில்லை

முடிவற்றுத் தொடர்கின்றன
சிறைக்கைதியாக இருந்து நீவிர் வழங்கும் இறுதித் தீர்ப்புகள்
அ நீதிமன்றத்தில் தண்டிக்கப்படும் நிரபராதிகள்
சொர்க்கத்தில் கண் முழிப்பர்கள் என்கிறார்கள்

நாங்கள் சொர்க்கத்துக்குப் போவது இருக்கட்டும்

பூமியில் கொஞ்சமேனும் வாழவிடுங்களேன்
நடுநிலை நியாயவான்களே

எல்லா அரக்கன்களுக்கும்
இறுதியில் அழிவு உண்டுஎன்றாலும்
அவனுடைய ஒவ்வொரு துளி உதிரத்திலிருந்தும்
ஒவ்வொரு அரக்கன்கள் உருவாகும் தேசத்தில்
தேவர்களும் தோற்றோடிக்கொண்டிருக்கும் காலத்தில்
மனிதர்களுக்கான அவதாரம்
மண்ணில் இறங்கப்போவது எப்போது?

நூறு நிரபராதிகள்
தண்டிக்கப்படுவதைக்கூடப் பொறுத்துக்கொள்ளலாம்
ஒற்றைக் குற்றவாளியாவது
தண்டனை பெற வேண்டாமா?

✴

64. இருள் வானில் மினுங்கும் மூதாதைக் கண்கள்

சோடியம் விளக்கொளியைப் பிரதிபலிக்கும்
நவீன மேகங்களைப் பார்த்து ஏமாந்து
ஒரு தாய்ப் பறவை
இத்தனை சீக்கிரம் உதிக்கிறதே
இன்றைய சூரியன் என்று எண்ணி
தொடுவானம் நோக்கிப் பறக்கத் தொடங்கியது

குயிலின் குரல் எதுவும் கேட்காத நிலையில்
அவற்றையும்விட நாம் இன்று
அதி சீக்கிரம் எழுந்துவிட்டோமென்று
ஆனந்தமாக அசைத்தது
அதன் மென்மையான சிறகுகளை

இன்று மட்டும் ஏன் இந்தக் கடுங்குளிர் என்று
சிந்தித்தபடியே சிறிது தூரம் பறந்து சென்ற பின்
அன்றைய தானியங்களைத் தேடிக் கீழே குனிந்தபோது
சற்றும் அகலாமல் இருந்தது
முடியாத இரவின் காரிருள்

மேகங்களில் மட்டும் பரவியிருக்கும்
போலிச் செம்பொன் ஒளியும்
சட்டென்று ஓரிடத்தில் முடிவடைய
திடுக்கிட்டுத் திரும்பிப் பார்த்தது தாய்ப் பறவை
எங்கோ காரிருளில் தொலைந்திருந்தது
குஞ்சுகள் தூங்கும் குட்டிக் கூடு
நெருப்பாறுபோல் தகிக்கத் தொடங்கியது
கடந்து வந்த மேகக்கூட்டம்

o

தாயைக் காணாமல் கத்தத்தொடங்கின
தனித்துவிடப்பட்ட குஞ்சுகள்

எங்கோ பறந்துகொண்டிருந்த கூகை ஒன்று
இந்தக் குரல் கேட்டுத் திரும்பியது

இருளில் மின்னும் அதன் கண்கள்
எளிதில் கண்டடைந்தது இரைகளிருந்த மரத்தை

பகல் பறவையின் குஞ்சுகள்
இரவுப் பறவைக்கு இரைதான் இல்லையா

அசையும் இலைக் கற்றைகளினூடே
தென்பட்ட நிலவை மறைத்தபடி பாய்ந்தது கூகை
பயந்து நடுங்கும் குஞ்சுகளை நோக்கி

தவறான திசையில் பறந்துகொண்டிருந்த
தாய்ப் பறவையின் மனதுக்குக் கேட்டது
கூகையின் அலறலும் குஞ்சுகளின் கூக்குரலும்

சுற்றி எரியும் காட்டுக்குள் சிக்கியதுபோல்
இங்குமங்கும் பறந்து தவித்தது தாய்ப்பறவை

இரு சிறகையும் அகல விரித்து வான் பார்த்துக் கதறியது
அதன் சிறகிலிருந்து உதிர்ந்த ஒற்றை இறகு
கைவிடப்படலின் சோக காவியத்தை
ஆதிமூலமே அருள்வாய் என்று
ஆகாய விரிவினுக்கு எழுதிக் காட்டியது

B.R. மகாதேவன்

எல்லையற்ற இருளுக்குள் இருந்த
மூதாதை நட்சத்திரங்களில் ஒன்று
மெல்லக் கை உயர்த்தி ஆசியளித்தது

கூடு நோக்கிப் பாய்ந்த கூகையின் கண்ணில்
கடைசி நொடியில்பட்டது தரையில் கிடந்த ஒரு கருநாகம்

திசைமாறிய கூகை
அம்பு போல் பாய்ந்து அள்ளிச் சென்றது
அந்தப் புதிய இரையை

இன்னொரு கூகையின் காதில் குஞ்சுகளின் கதறல் விழுமுன்
தவறான திசையில்பறந்துகொண்டிருக்கும்
                              தாய்ப்பறவையையும்
எப்படியும் அது திரும்பவைத்துவிடும்.

முழுவதுமாய்க் கவிந்திருப்பது
எல்லையற்று இருண்ட வானம்தான் என்றாலும்
ஒரு கோடி மூதாதைக் கண்கள்
உற்றுப் பார்த்துக்கொண்டுதானே இருக்கின்றன
ஒவ்வொரு உருக்கமான பிரார்த்தனையையும்

*

65. இடமும் வலமும் அலைவுறும் சிறு சுடர்

தேவர்களுக்கும் அசுரர்களுக்கும் இடையிலான போரில்
எந்தப் பக்கம் நிற்க என்பதில்
எந்தக் குழப்பமும் வந்ததில்லை தெய்வங்களுக்கு

தேவர்களுக்கு இடையிலான சகோதர யுத்தத்திலும்
யாரை ஆதரித்தாலும்
தர்மமே வெல்லும் என்பதால்
எந்தக் குழப்பமும் வந்ததில்லை

அசுரர்களுக்கு இடையிலான போரிலும்
யாரை அழித்தாலும்
அதர்மமே அழியும் என்பதால்
எந்தக் குழப்பமும் வந்ததில்லை

யுகங்களின் வரலாற்றில் முதல்முறையாக
அசுரன்களுக்கும்
அசுரனாக மாறிக்கொண்டிருக்கும் தேவர்களுக்கும்
இடையில் நடக்கிறது குருக்ஷேத்ரப் போர்

இதில் அசுரன்களை அழிக்கத் துணைபோனாலும்
வெல்லப்போவது தேவர்கள் அல்ல
அரை அசுரன்களே

அந்த அரை அசுரக் கும்பலை அழிக்கலாம் என்றால்
இருக்கும் அரை குறை தர்மமும் அழிந்துவிடும்.
ஏனென்றால்
அவர்கள்தான் அரை தேவராகவும் இருக்கிறார்கள்

பாற்கடல் தெய்வம் படு குழப்பத்தில்
பாம்பணையில் படுத்திருக்கிறது

கால்மாட்டில் அமர்ந்திருப்பவனைக்
கண் திறந்து பார்ப்பதா
தலைமாட்டில் அமர்ந்திருப்பவனைக்
கண் திறந்து பார்ப்பதா

தன் படைகளை யாருக்கு அனுப்ப?
ஆயுதமேந்தாமல் யார் பக்கம் நின்று வழிகாட்ட?

அடுத்த அவதாரம் வந்து பார்த்துக்கொள்ளட்டும் என்று
அனந்த சயனத்திலேயே முடிவற்று ஆழ்ந்துவிடலாமா?

அதர்மம் தலை தூக்கும்போது
தர்மத்தை நிலை நாட்ட அவதரிக்கலாம்.

அதர்மத்தின் இடத்தில்
அரை அதர்மத்தைக் கொண்டுவர
அவதரிக்கலாமா?

தர்மசாஸ்திரம் என்ன சொல்கிறது என்று
தலையைப் பிய்த்துக்கொண்டு யோசிக்கிறார்
அவருடைய கஷ்டம் அவருக்கு
நம் கஷ்டம் நமக்கு

பாரம்பரிய அரக்கர்களைக் கொல்லத் தெரிந்த தெய்வத்தால்
நவீன அரக்கர்களை அழிக்க முடியுமா?

ஓர் அவதார வலிமையினால்
இன்னோர் அவதாரக் கடமையை நிறைவேற்ற முடியுமா?

பூதகியைக் கொல்ல வாமனரால் முடியுமா?
பத்துத் தலை ராவணனைக் கொல்ல
பலராமரால் முடியுமா?

தவறான தெய்வத்தை நோக்கித் தவம் செய்தால்
கிடைக்கும் வரம் என்னவாக இருக்கும்

கைவிடப்படும் காவல் தெய்வங்கள்

யாரைக் காக்க அவதரிக்க என்று
தெய்வத்துக்குக் குழப்பம்
எந்த அவதாரத்தை வரச் சொல்ல என்று
பக்தனுக்குக் குழப்பம்

பால்வீதியில் ஒரு நட்சத்திரம்
மெல்லக் கண்மூடப்போகிறதா ?
பாவங்கள் மலியும் பூமியில்
ஒரு பண்பாடு என்றென்றைக்குமாக மறையப்போகிறதா ?

அடர்கானகத்தில்
ஓர் உயிரினம் நிரந்தர அழிவுக்குள் போகப்போகிறதா

எல்லையற்றுப் பெருகும் இருளின் முன்
இறுதிச் சொட்டையும் உறிஞ்சியபடி எரியும்
ஒற்றை அகலின் சிறு சுடரும்
எந்தப் பக்கம் நின்றெரிய என்று தெரியாமல்
அல்லாடிக்கொண்டிருக்கிறது இடமும் வலமுமாக

ஆனால்
ஒளி என்பது குறைந்த இருளே என்றாலும்
இருபக்க இருளையும் அகற்றியபடி
முடிந்தவரை
முழுவதுமாக எரியத் துடிக்கிறது
முன் மாடச் சிறு சுடர்

*

B.R. மகாதேவன்

66. அழிவின் விளிம்பில் இருக்கும் அகிலம்

அந்த ஆவினங்களின் பூர்விக பூமியில்
பச்சைப் பசும் புல்வெளிகள் செழித்திருந்தன

செல்லும் திசையெங்கும் ஓடிக்கொண்டிருந்தன
தாகம் தணிக்கும் நீரோடைகள்

மேய்ச்சல் நிலங்களிலேயே முளைத்திருந்தன
விஷமுறிவு மூலிகைகள்

பகல் நெடுக நிறைந்திருந்தன
நிழல் தங்கல் நெடு மரங்கள்

இரவு நெடுக முளைத்திருந்தன
முள் வேலிக் காவல் அரண்கள்

அதிகாலைச் சூரியனின் செம்பொன் ஒளியினூடே நடந்து
ஒவ்வொரு நாளும்
ஒவ்வொரு புதிய உலகுக்குள் நுழைந்துகொண்டிருந்தன

எல்லையற்றுப் பொழியும் நிலவொளியில் நனையும்
மென் நீலப் புல்வெளிகளில் கூடடைந்தன
(இரவுகளில் நட்சத்திரங்களைப் பார்த்தபடியே
தென்றல் தாலாட்டத் தூங்கின இளம் கன்றுகள்)

பருவ கால மாற்றங்களுக்கு ஏற்ப இடம் பெயர்ந்து மீளும்
பாரம்பரிய அறிவும் அவற்றுக்கு இருந்தன

அந்தக் கானகத்திலும் இருந்தன சில வன்மிருகங்கள்

சொந்த நிலத்து பகை விலங்குகள் என்பதாலோ என்னவோ
அந்தப் பூர்வகுடி ஆவினங்கள்
தமக்கு இருந்த மென் கொம்புகளைப் பயன்படுத்தாமல்
மெல்லிய கால்களைப் பயன்படுத்தித் தப்பிக்க ஆரம்பித்தன

பரிணாம வளர்ச்சியில் அவை செய்த முதல் தவறு...
முழுவதுமே தவறாகியும்விட்டது

ஓடித் தப்பிப்பதையே இலக்காகக் கொண்டதால்
உதவிய கால்களுக்கு மட்டுமே வலு ஏறத் தொடங்கிவிட்டன

அவசர அவசரமாக உணவை விழுங்கி
ஆசுவாசமாக அசைபோடும் அவலத்துக்குப் பழகின
முதல் பகை விலங்கை முட்டித் தள்ளி எதிர்த்திருந்தால்
இப்படியான ஓட்டமான ஓட்டம் தேவைப்பட்டிருக்காது

அதுகூட ஒருவகையில்
அந்தப் பூமிக்கு போதுமானதாகவும் இருந்தது
ஏனெனில் பூர்வகுடி வன்விலங்குகள்
பசித்தபோது மட்டுமே வேட்டையாடின

ஆனால் உலகில் வேறு நிலங்களும் இருந்தன
அங்கு அதீதப் பனி
அல்லது
அதீதப் பாலை

அதீதப் பகைமைகொண்ட விலங்குகள் அங்கு பிறந்தன
தன் பசியையும் தாண்டி கொன்று குவித்த
அந்தக் கொடூர விலங்குகள்
தன் மந்தையை வதவதவெனப் பெருக்கவும்
தந்திர வழிகள் கண்டடைந்தன

மெல்லிய நிலவொளியைப் பார்த்தால்
ஊளையிட ஆரம்பிக்கும் அவை
அந்தந்தப் பகுதி பூர்வகுடி விலங்குகளை
அழித்தொழித்த பின்
பச்சைப் பசும் புல்வெளி நிறைந்த
பாரம்பரிய நிலம் நோக்கித் திரும்பின

அன்றிலிருந்து
காலத்தின் முடிவற்ற வெளிகளில்
அப்பாவி ஆவினங்கள் ஓடிக்கொண்டே இருக்கின்றன

தற்காப்புக் காலுக்கு வலுச் சேர்த்ததற்குப் பதில்
தாக்குதல் கொம்புக்குப் பாய வைத்திருக்கலாம்
கொதிக்கத் தொடங்கிய ரத்தத்தை

சொந்த நிலத்துப் பகை விலங்கிடமும் காட்டிய கருணையை
அந்நிய நிலத்துப் பகைவிலங்கிடம்
கண்மூடித்தனமாகக் காட்டுவது
வன்விலங்குகளைப் பண்படுத்துமா?

B.R. மகாதேவன்

வெறி பிடித்து வேட்டையாடாமலே
வெகு எளிதில் கிடைக்கும் மென் விலங்குகள்
வேட்டை விலங்குகளின் வெறியைத் தணிக்குமா?

அலங்காரக் கொம்புகள் கொண்ட மென் விலங்குகள்
அழிவின் எல்லைக்குச் சென்று அப்படியே மறைந்துவிடுமா?

அந்நிய விலங்குகள் அடுத்தடுத்து வந்தன
அன்று ஓடத் தொடங்கிய ஆவினம்
தலை சாய்க்க ஓரிடமில்லாமல்
ஓடிக்கொண்டேயிருக்கிறது

அசைபோட நிலமின்றி வாடி வருகிறது

துரத்துபவற்றைக் கண்டு அஞ்சி நடுங்கி
உயிர் பயத்தில் ஓடியவற்றின் முன்னங்கால்களை
சிறகுகளாக்கி அணைத்துக்கொண்ட
சின்னஞ் சிறியவற்றின் பெருங்கடவுள்
ஆவினங்களுக்கும் அருள்வாரா ஆகாயத்தில் ஓரிடம்?

அல்லது
இனியும் ஓட
இடமின்றி மாட்டிக்கொள்ளும் இறுதி மூலையில்
மென் விலங்குகள் தம் கொம்புகளைத்
தீப்பொறி பறக்கத் தீட்ட உதவும்
திடமான பாறை இருக்குமா?

வன்விலங்குகளின் கோரைப் பற்களையும் கூர் நகங்களையும்
அவை கதறக் கதறப் பிய்த்தெறியுமா?

மென் தளிர் உண்ட நன் விலங்குகள்
முதன்முதலாக
ரத்த வாடை முகரத் தொடங்குமா?

சாமர்த்தியம் போல் பிழைத்துக்கொள் என்று
சாத்திரம் படைத்த இயற்கை
சாவகாசமாக வேடிக்கைப் பார்க்கிறது
ஒவ்வொரு வேட்டையையும்
ஒவ்வொரு அழிவையும்
ஒவ்வொரு மீட்சியையும்

*

67. களவுபோகும் புரவிகள்

நாம் நிம்மதியாகத் தூங்கிக் கொண்டேயிருந்தபோது
நம் லாயங்களிலிருந்து களவாடப்பட்டுவிட்டன
புரவிகள்

நாம் தூங்காமல் இருந்திருந்தாலும்
அவை களவாடப்பட்டுத்தான் போயிருக்கும்
ஏனென்றால் நமக்கு அந்நியக் குதிரைகளைக்
களவாடுதல் பழக்கமில்லை
எனவே
லாயத்துக்கான காவலும் பழக்கமாகியிருக்கவில்லை

அந்நியர் நடமாட்டம் குறித்து நாம்
எந்தப் பகலிலுமே அச்சம்கொண்டதில்லை
இரவைப்பற்றிச் சொல்வானேன்?

நம் லாயங்களுக்குத்
தட்டக் குச்சியால் நாம் அமைத்திருக்கும்
அற்புதமான வேலிப்படலானது
தென்றல் காற்று
மிக மெதுவாக வீசினாலே சாய்ந்துவிடும்

இரவென்றால் இருண்டுதானே இருக்க வேண்டும் என்று
லாயத்துத் தீப்பந்தங்களை
நாமே அணைத்துவிடுவதும் உண்டு
நம் புரவிகள் வேலி தாண்டாது என்ற
நியாயமான நம்பிக்கை இருந்ததால்
காவலுக்கு யாரும் இருந்ததும் இல்லை

நாம் எவ்வளவு வெகுளியோ
எதிரி அவ்வளவு தந்திரக்காரன்

அவன் களவாடிய புரவிகளை
நம் லாயத்திலேயே விட்டுவைக்கவும் செய்திருக்கிறான்
தேவைப்படும்போது ஏறிக்கொள்ளலாம் என்று

நம் சில புரவிகள்
தடைசெய்யப்பட்ட புல்வெளிகளில்
அகாலத்தில் மேயப் போனபோது
அவனிடம் தானாக மாட்டிக்கொண்டிருக்கவும்
வாய்ப்பு உண்டு

எப்படியானாலும்
அவன் பிடிக்குப்போன புரவிகளை
முள் கம்பி பொருத்திய சாட்டையால்
அடித்து அடித்து வழிக்கொண்டுவந்திருப்பான்

அதன் காயங்களைச் சேணம் பூட்டி மறைத்திருப்பான்
நம் தலைவர்களையும்
தெய்வத் திருமேனிகளையும் சுமந்துசெல்ல
அவ்வப்போது அனுமதிக்கவும் செய்திருப்பான்
என்றாலும்
அது அவனுடைய புரவியாக என்றோ ஆகியிருக்கும்

களவு போகாமல் காக்கவே தெரியாத நமக்குக்
களவு போனதே தெரிந்திராத நமக்குக்
களவாடப்பட்ட புரவிகளைக் கையாள்வது எப்படி
என்பதுமட்டும் தெரிந்திருக்குமா என்ன?

ஆனால்
சில உண்மைகள் நம் நினைவில் இருந்தாக வேண்டும்

களவாடப்படும் முன் அவை
நம் படைகளில் முன்னணியில்
சீறிப் பாய்ந்திருக்கின்றன

கைவிடப்படும் காவல் தெய்வங்கள்

எதிரிகள் எய்த அம்புகள் முதலில் தைத்தது
அவற்றின் உடல்களைத்தான்

எதிரியின் கதாயுதத்தால்
தன் கால்கள் உடைக்கப்பட்ட போதிலும்
சுமந்து சென்ற கொடியைக்
கீழே விழாமல் காத்து நின்றிருக்கின்றன
தாழப் பறந்த நம் கொடிகள்
ஒருபோதும் தரையில் விழாமல் தடுத்தவை
இந்தப் புரவிகளே

இப்போதும்
அவை எதிரியைச் சுமந்து வரவில்லை
எதிரி அதன்மீது மிதித்து ஏறி அமர்ந்து வருகிறான்

அவற்றின் இன்றைய கனைப்பொலி
நம்மிடம் கெஞ்சாமல் கெஞ்சுவது ஒன்றே
திருடனைச் சுமந்து வரும் புரவிகள் எல்லாம்
திருட்டுப் புரவிகள் அல்ல

நாம் தெரிந்துகொள்ள வேண்டிய இன்னொன்று:
நம் புரவிகள்
இப்போதும் களவுபோய்க்கொண்டிருக்கின்றன.

*

B.R. மகாதேவன்

68. வல்லவன் வகுப்பதே வாய்க்கால்

பூர்வகுடிகளின் முதுகில்
குத்தப்பட்ட குறுங்கத்திகளைப்
பறித்துத் தரையில் கிடத்தினால்
பூமிப்பந்தின் இரு துருவங்களையும்
இணைத்தபடி அவை மின்னும்

தாய் மதத்தினரின் வேதனையின் விநாடிகளைத்
தாமரை மலராக்கி
அதன் மென் இதழ்களை வரிசையாக உதிர்த்துவைத்தால்
தொடுவானத்தைத் தொட்டுத்தொட்டுத் திரும்பும்
தொன்னூறு தடவைகள்

அதல பாதாளத்திலிருந்து
மீண்டும் மீண்டுமாக மேலேறிய
ஆதிகுடிகளின் மீட்சியின் காலடித் தடங்களை
அந்தரத்தில் வைத்திருந்தால்
அத்தனை நட்சத்திரத்துக்கும்
ஆயிரம் முறை போய் வந்திருக்கலாம்

பூர்வ கலாச்சாரங்களின் பொறுமைக்கு
மழைத்துளி வடிவம் கொடுத்தால்
முடிவற்றுப் பெய்து மூழ்கடித்திருக்கும்
பால்வீதியின் அத்தனை உலகங்களையும்
சனாதன தர்மங்களுடைய
சகிப்புத்தன்மையின் மணல் துகள்களை
மணல் கடிகாரத்தில் கொட்டினால்
காலத்தின் அநாதி அதீதப் பள்ளங்கள் நிரம்பி வழியும்

வீழ்ந்து வீழ்ந்து எழுந்த ஜாதிகளின்
விடாமுயற்சியின் பட்டு நூல்களைக்கொண்டு கட்டினால்
ஈரேழு பதினான்கு லோகங்களும் ஜரிகை கட்டி மின்னும்

நமக்கிழைக்கப்பட்ட
மலை நிகர் அநீதிகளுக்கு
நாம் செய்த
மடு நிகர் பிழைகளைக் காரணம் காட்டி
எழுதி எழுதிக் குவிக்கப்பட்டிருப்பவற்றை எரியூட்டினால்
ஏழேழு ஜென்மத்து இரவுகளும் பகல் போல் ஒளிவீசும்

நம் மீது ஏவப்பட்ட ஓநாய்களையும்
நாம் வளர்த்த நாய்களையும் ஒப்பிட்டு எழுதப்பட்டவற்றை
கரைத்துச் சாம்பலாக்கிப் பறக்கவிட்டால்
பால்வீதி முழுவதும் பலமுறை மூடப்படும்

திரும்பித் தாக்கக் கற்றுக்கொள்ளாவிட்டால்
துரத்துபவற்றிடமிருந்து தப்பிக்க
ஓடிக்கொண்டேதான் இருக்க வேண்டியிருக்கும்

இதற்கு முன்
எதிர்த்துப் போராடிய காலம் எல்லாம்
ஆதிகுடிகளை அதிகபட்சம்
ஆரம்பித்த இடத்துக்குத்தான்
கொண்டுசென்று நிறுத்தியிருந்தன
ஆனால்
இனிமேல் ஆரம்பிக்க வேண்டும்
ஆதி மொழிகளின் ஆதிக்க சாம்ராஜ்ஜியங்களைப்
பூர்வகுடிகள் நாகரிகப்படுத்தப் புறப்பட வேண்டும்
நவீன பிற்போக்குத் தேசங்களை

வெளிறிய அங்கிகளையும்
இருண்ட லுங்கிகளையும்
அதிகாலை வானத்துக் காவிகொண்டு
வண்ணமயமாக்க வேண்டும் சங்கிகள்

அன்பின் மொழியை
அப்பாவிகளின் மொழியாக நினைத்துக்கொண்டு
அராஜகம் புரிபவர்களுக்கு
அவர்களுக்குப் புரியும் மொழியில் பேசியாக வேண்டும்

ஒரு பக்கமிருந்து மட்டுமே எழுப்பப்படும் பாலங்களில்
ஒருபோதும் நிகழ முடியாது எந்தவொரு பயணமும்

நல்லவனாக மட்டுமே இருக்க முயன்றால்
வாழு... வாழ விடு என்று
வாழ்நாள் முழுவதும்
மன்றாடிக்கொண்டுதான் இருக்க வேண்டிவரும்
ஆதிகுலங்கள்
இனியும் செய்யக் கூடாது இந்த ஆதித் தவறை

விரும்பாவிட்டாலும்
கற்றுக்கொண்டாக வேண்டிய பாடம்:
நல்லவன் அல்ல;
வல்லவன் வகுப்பதே வாய்க்கால்.

*

69. பகைவனுக்கும் அருள்வாய்

நா வறண்டு நடை தளர்ந்து
நீர் அருந்த கால் பதித்த
இளம் கன்றின் கழுத்தைக் கவ்வியது
கட்டை போல் மிதந்துகொண்டிருந்த முதலை

தாகம் தணிக்க தளர்ந்துபோய் வரும் என்பதை எதிர்பார்த்து
உச்சிவெய்யில் புதர் மறைவில்
ஒளிந்து காத்திருந்த கிழட்டுச் சிங்கம்
கன்றின் பின்னங்கால்களைப் பாய்ந்து கவ்வியது.

ஓடாதே செல்லமே என்று
சற்று தள்ளி வந்து கொண்டிருந்த தாய்ப் பசு
உயிர் பயத்தில் முதலில் பதறிப்போய் ஓடியது
திரும்ப வந்து மீட்கப் போராடியது குட்டிக் கன்னுக்குட்டியை

எட்ட நின்று கலங்கின
எதிர்க்கத் தெரியாத ஆவினங்கள்

அத்தனை ஆவினங்களுக்கும்
ஆழமான கொம்புகள் உண்டு என்றாலும்
தாய்ப் பசு மட்டுமே தட்டழிந்து தவிக்கிறது

சிங்கத்தைத் தாக்கி அதன் பிடியைத் தளரச் செய்தால்
முதலையின் பிடி இறுகிவிடும்
முதலையைத் தாக்கினால்
சிங்கத்தின் பிடி இறுகிவிடும்.

இரண்டு கொம்புகள் உண்டென்றாலும்
இருப்பதோ ஒரு தலையில்

தாய்ப்பசு இங்கு மங்கும் பாய்ந்து பதறி
தட்டுத் தடுமாறுகிறது

B.R. மகாதேவன்

எட்ட நின்று வேடிக்கைப் பார்க்கும் எருமைக்கூட்டம்
இன்னுமா காப்பாற்றவில்லை என்று எகத்தாளம் பேசுகிறது.

உன் கன்றின் மேல் பாசமாகத்தான் இருக்கிறாயா என்கிறது
தன் கன்றை காலிடுக்கில் மறைத்துக்கொண்டு

குட்டிக் கன்னுக்குட்டி கதறுகிறது
சூரிய தேவனே
நீர் அருந்தத்தானே நதிக்கரை வந்தேன்
உன் சுட்டெரிக்கும் கதிர்தானே
உடலிலிருந்த நீர் முழுவதையும் உறிஞ்சியிருந்தது

நதியம்மே
காற்றில் மிதந்த உன் குளிர்ந்த கரங்களின் விரல் பற்றித்தானே
வந்து முட்டினேன் உன் மடியை

முலை தேடி முண்டியடிக்கும் குழந்தைக்கு
விஷம் ஊட்டிக் கொல்ல முயன்ற பூதகியா நீ

ஓரக்கண்ணால் பார்த்து அம்மாவிடம் மன்றாடுகிறது
உன்னருகில் இருந்தால் எனக்கு
உயிர் பயம் இல்லையென்றாயே
சொல் பேச்சு கேட்காமல்
துள்ளி முன்னால் ஓடியது தப்புத்தான் அம்மா
செல்லக் கோபத்துடன் முட்டி
சொல்லித் தருவாயே எத்தனையோ பாடங்கள்

நீயாவது ஓடித் தப்பித்துக்கொள் அம்மா...
குரல்வளையின் மென்சதைகள் கிழிபடுகின்றன அம்மா
கத்தக்கூட முடியவில்லை

பின்னால் இருந்து எதுவோ என்னைப்
பிய்த்துப் போடுகிறது அம்மா
வலி தாங்க முடியவில்லை

உன் சொல் கேட்காத சிறு தவறுக்கு
இத்தனை பெரிய தண்டனையா...
இனிமேல் உன் காலுக்குள்ளேயே அடங்கிக் கிடக்கிறேனம்மா
இனி உன் கண் பார்வை தாண்டி
கால் பதிக்கவே மாட்டேனம்மா

கன்றின் கதறல் தாயின் காதில் அறைந்தது

முதலைப் பல்லில் சிக்கிய கன்றின்
ஒரு துளி சொட்டு உதிர்கிறது
அன்னை நதியின் அடி மடியில்

அனலாகத் தகிக்கிறது அன்னை நதி

உயரத்தில் ஒளிரும் சூரியனும் நடுங்க அதிர்கிறது
நதியின் முழு உடலும்

குரல்வளையில் பெரு மணல் துகள் சிக்கியதுபோல்
காலத்தின் மணல் கடிகாரம் உறைந்து நிற்கிறது

கன்றின் மணல் கடிகாரத்தில் கால மணல் தீர்ந்து
காலியாகப் போவது தெரிந்து
வேகமாகப் பாய்ந்தது தாய்

முதலையும் சிங்கமும் ஒருகணம் பயந்து பிடி தளர்த்தின
கன்று கொஞ்சம் போல் மீண்டது
தாய்ப் பசுவுக்குத்தெரிந்துவிட்டது

இரண்டின் பிடியையும் ஒரே நேரத்தில் இளகச் செய்தாலே
குட்டிப் பாப்பா கூறுபோடப்படுவதை நிறுத்த முடியும்

பாய்ந்து பாய்ந்து முன்னேறியது
படிப்படியாக நெருங்கியது
மெல்ல மெல்ல பிடி விலகியது.

செல்லமே இறுதி முயற்சியாய்
இரண்டையும் தாக்கப் போகிறேன்
பிடி தளரும் நேரம் பாய்ந்து தப்பிவிடு என்று
மாயத் தொப்புள்கொடி மூலம் அனுப்பியது செய்தி

முதலையின் கண்ணைக் குத்தப் போவது போல் பாய்ந்து
சட்டென்று சிங்கத்தில் விலாவில் குத்தித் தூக்கியது அம்மா

தன்னைத் தாக்க வருவதாக நினைத்த முதலை
சற்று பின்வாங்க
வாகாகப் பிடித்துக்கொள்ள சிங்கம் சற்று வாய் திறந்தபோது
திடீரென்று குத்திய கொம்பினால் தூக்கி எறியப்பட்டது

B.R. மகாதேவன்

அழுந்திக் கால் ஊன்றக் கிடைத்த அரை நொடியில்
கன்றுக்குட்டி உந்தித்தள்ள
சிங்கத்தைத் தூக்கி விசிய அதே வேகத்தில்
முதலையின் கண்ணை நோக்கி தாக்கியது அம்மா பசு

அத்தனையும் சரியான அரை நொடியில் நடந்துவிட
தட்டுத்தடுமாறி தத்தளித்த கன்றை
கரை நோக்கித் தள்ளியது தாய் நதி

பகை விரட்டிய தாய்ப் பசு கன்றுக் குட்டியைப்
பாய்ந்து கரை சேர்த்தது
உயிர் பிழைத்த கன்று

தாயின் மடியில் தஞ்சம் புகுந்தது
காயம் பட்ட கன்றின் கழுத்தை வாஞ்சையுடன்
நாவால் ஆற்றிய தாய்ப்பசு
பசிக்கும் இன்றைய வயிறை
நீரால் நிரப்ப வேண்டிய முதலையையும்
காற்றால் நிரப்ப வேண்டிய சிங்கத்தையும்
அதே வாஞ்சையுடன் பார்த்தது

ஓர் உயிரின் ஒரு நேரப் பசிக்கு
இன்னொன்றின் ஊனும் உயிருமா பலியாக வேண்டும்?
அம்மாவின் பால் அருந்தியே
அத்தனை உயிரும்
ஆயுள் முழுவதும் கழிக்கும்படி
ஆண்டவா...
இந்த அகிலத்தை நீ படைத்திருக்கக் கூடாதா?

கோமாதாவின் முலைக்காம்புகளில்
கண்ணீர்த்துளியாய் கோர்த்து நிற்கிறது
தாய்மை.

*

70. யானைகளின் வழித்தடங்கள்

கோயிலில் யானைகள்
கொடுமைப்படுத்தப்படுவதாகக் கூச்சல் போடுபவர்கள்
தடுக்க நினைப்பது யானைகளின் கண்ணீரை அல்ல

பவ்யமாகத் தலை குனிந்து
பக்தியுடன் ஆசி பெற்றுச் செல்பவர்களுக்கும்
பாசம் யானை மீதல்ல

கோயிலுக்குள் சிறு குளம் வெட்டி
திறப்புவிழா நாளில் மட்டும் அதை நீரால் நிரப்பும்
திருட்டுக்கழகத்துக்குக்
கடமையான கமிஷன் அடிக்க
கண்ணியமான இன்னொரு நல்வாய்ப்பு

விளைநிலங்கள் அழித்துத்தான் போடப்பட்டிருக்கின்றன
அத்தனை ரயில் தடங்களும்

யானைகளின் வழித்தடங்களில்கூட அல்ல
வாழிடங்களில்தான் அமைந்துள்ளன
மலையடிவாரக் குடியிருப்புகளெல்லாம்

பொன்னிறமாகப் பொரித்த சிக்கன் துண்டுகளின் மேல்
லெமன் பிழிந்து பெப்பர், சால்ட் தூவி
மென்சதையை மென்று தின்னும்
விலங்குகள் நல வாரிய அதிகாரன்களுக்கு
யானை இருந்தாலும் ஆயிரம் பொன்
இறந்தாலும் ஆயிரம் பொன்.

B.R. மகாதேவன்

யானைப் படம் எடுத்தவர்களுக்கு ஆஸ்கர் கிடைத்தது
பாசமாய் வளர்த்த பொம்மனுக்கும் பெள்ளிக்கும்
மனநிறைவும் புகழும் கிடைத்தது
நமக்கு நல்ல கலை அனுபவம் கிடைத்தது

யானைகளுக்கு..?

❍

யானை மலையின் அடிவாரத்தில்
அரை ஏக்கர் நிலத்தில்
கட்டுக்கட்டாய்ப் போட்டுவைக்கலாம் கரும்புகளைக்
குலைகுலையாய் குவித்துவைக்கலாம் கனிவகைகளை

வெட்டி வைக்கலாம் சின்னதாய் ஒரு நன்னீர் தடாகம்
கட்டி வைக்கலாம் வழித்தட ரயில் பாதையில்
ஒரு சிறு மேம்பாலம்

மிருகக்காட்சிசாலையின் இன்பச் சுற்றுலா போல்
காட்டுக்குச் சென்று
கையால் ஒரு கவளம் கருணையை ஊட்டி வரலாம்.

❍

கஜராஜன்களுக்கென்றே கட்டி வைக்கலாம்
மரங்களை வெட்டாமலேயே
மலைக்காட்டுக்குள் ஒரு மாபெரும் ஆலயம்
செயற்கை அருவியில் அவற்றின்
இயற்கைக் குளியலே அபிஷேகம்
சந்தோஷப் பிளிறலே பூஜை மணி ஓசை
நம் கைகளால் உணவூட்டுவதே நைவேத்யம்

நடமாடும் தெய்வங்களின் நடுநாயகமாய்
நம் வேழமுகனின் விண்முட்டும் திருமேனி.

இங்கு உலவும் தெய்வங்களுக்குப்
பணி செய்து கிடப்பதே என் மோட்சமென்று
ஆகம சத்தியம் செய்பவர்களே அங்கு அர்ச்சகர்கள்

❋

71. உடலால் மிருகம்; மனதால் அடிமை

கொம்பிருந்தும் முட்டாதவற்றை
யாரும் கட்டிப் போடுவதில்லை

சிறகிருந்தும் பறக்காதவற்றை
யாரும் கூண்டில் அடைப்பதில்லை

வீசும் எலும்புத் துண்டுக்கு வாலாட்டுபவற்றை
வீதியில் விருப்பப்படித் திரிய அனுமதிப்பார்கள்

கண் பார்வைக்கு அப்பால் பாயத் துடிப்பவற்றுக்கே
கடிவாளங்கள்
வழிக்கு வர மறுப்பவற்றுக்கே வலை வீச்சு
பொதி சுமக்க மறுப்பவற்றுக்கே சாட்டையடி

வளர்ப்பு மிருகங்களை வளையவர அனுமதித்திருப்பது
அன்பினால் அல்ல; அச்சத்தினாலும் அல்ல.

பொன் முட்டைகளை எல்லாம் தேடி ஓடி வந்து
தன் முற்றத்தில் இடும் வாத்துகளை
எதற்காக அடைக்கப்போகிறான் எஜமான்?

இட்டுக் கொண்டேயிருக்கும்வரை
எதற்காக அறுக்கப் போகிறான் எல்லையற்ற அருளாளன்?
வளர்ப்பு மிருகங்கள் வாழ்வது
வளர்ப்பவர்களின் வாழ்க்கையையே
வளர்ப்பு மிருகங்கள்
உடலால் மிருகம்; மனதால் அடிமை

உடல் அடிமைப்படுவதே அவமானம்
உயிரும் ஆன்மாவுமே அடிமைப்படுமென்றால்
அப்படி ஒரு வாழ்வு அவசியமா?

தன் இயல்பு மறவாதவற்றுக்குத்தான் தவிப்பு
உள் உணர்வு இழக்காதவற்றுக்குத்தான் உயிர் அவஸ்தை

என்றேனும் எதேனும் வளர்ப்பு மிருகத்தின் மனதில்
சற்றேனும் பூர்வ குணம் சத்தமின்றி எட்டிப் பார்த்தால்கூட
முதல் ஆளாக முட்டித் தள்ளுவது
சுற்றி நிற்கும் சொந்த இனமாகத்தான் இருக்கிறது

B.R. மகாதேவன்

ஆதி குணம் மீட்டெடுத்து
பூர்வ வனம் திரும்ப விரும்புபவற்றின் முன்னே
முடிவற்ற நாகம் போல் நீண்டு கிடக்கிறது
ஒரே ஒரு ஒற்றையடிப் பாதை

மென் சதைகளைக் குத்திக் கிழிக்கும் முள் வேலிகளையும்
இரவுகளிலும் முழித்துக் கொண்டு துரத்தும்
மூர்க்கத்தையும் கூடத் தாங்கிக்கொள்ளலாம்
அந்த ஒற்றையடிப் பாதையில்
மிக மிகத் தன்னந்தனியாக
எப்படித்தான் எடுத்துவைப்பது ஒரு காலடியை
அனைத்து விலங்கையும் அழைத்துச் செல்ல
ஆசைப்படும் ஆதி விலங்கு
வெட்டிப் போடப்படும் வைக்கோலில்
பச்சைப் பசும் புல்லின் நிறத்தைத்
தன் கண் கொண்டு பூசிக் கொண்டு
பச்சைப் பசும் புல்லின் மணத்தைத்
தன் நாசியில் நிரப்பிக் கொண்டு
மென்றுமென்று அசைபோடுகையில்
ஒரேயடியாக சருகால் மூடப்படுகிறது
இருந்த ஒரே ஒற்றையடிப் பாதையும்

O

உண்மையை உணர்ந்த ஒற்றைக் கொம்பன்கள்
தன்னந்தனியே அலைந்து தவிக்கின்றன

காலடித் தடம் பதியாத காடுகளில் சுற்றித் திரிந்தால்தான்
காலன் வரும்வரை அவற்றால் காலம் தள்ளவாவது முடியும்

தன்னைக் காப்பாற்றிக்கொள்ளவே
தட்டுத் தடுமாறுபவை
அடுத்த உயிரைக் காக்க ஆசைப்பட முடியுமா?

வளர்ப்பு மிருகம் மட்டுமல்ல;
தானே தனித்து வளரும் மிருகமும்
வாழ முடியவில்லை தன்னுடைய வாழ்க்கையை

வேடிக்கையான வேதனைதான் இல்லையா?
தான்மட்டும் வாழும் கானகத்தின் தகிப்பு தாள முடியாமல்
தன் இனம் காக்க கானகம்விட்டு வெளியேறுகிறான்
ஒற்றைக் கொம்பன்

அடக்கி ஆள்பவனிடமிருந்து அத்தனை அடிமைகளையும்
                                                                மீட்க
ஆடி அசைந்தாடி இறங்குகிறான் மலைச்சரிவில்

வேலிப் படலுக்குள் விருப்பம் போல் இருந்துகொள் என்று
வளர்ப்பு மிருகங்களுக்கு விதி வகுத்த எஜமான்
பஞ்சுமெத்தையில் படுத்துறங்கிக்கொண்டிருக்கிறான்

காடுவிட்டு இறங்கிவரும் ஒற்றைக் கொம்பன்
பாதையின் கீழே பள்ளம் இருக்கிறதா என
தும்பிக்கையால் சோதித்துப் பார்த்து
மெல்ல மெல்ல இறங்குகிறான்.

அப்போது
எட்டு வைத்து நெருங்குகிறது மதமிளகிய ஒற்றைக்
                                                           கொம்பனை

எஜமான் அனுப்பிய கும்கி
பஞ்சுமெத்தையில் படுத்துறங்குபவன்
தன் கனவில் மெல்லச் சிரிக்கிறான்

பாவம்
மண்ணில் வெட்டி வைக்கப்படும் பள்ளங்களிலிருந்து
தப்பிக்கத் தெரிந்த ஒற்றைக் கொம்பனுக்கு
மனதில் வெட்டி வைக்கும் பள்ளத்திலிருந்து தப்ப
                                                       முடிவதில்லை
இனப் பாசமே அதற்கு வெட்டி வைத்திருக்கும்
இனம் புரியா மாயப் படுகுழி

கைகளே கண்ணைக் குத்துமா என்று
எந்த உடம்புதான் சந்தேகிக்க முடியும்?

விசுவாசம் காட்ட வேண்டியது யாருக்கு என்பது
என்றைக்குப் புரியும் கும்கிகளுக்கு?

கும்கிகளும் கொம்பன்களும் ஒன்று சேர்ந்தால்தானே
மீட்டெடுக்க முடியும்
கைவிட்டுப் போன பூர்வ கானகங்களை

B.R. மகாதேவன்

குறுகிய ஒற்றையடி பாதையில்
குறுக்கிடும் கிளைகளை ஒடித்துப் போட்டபடி
ஒற்றைக் கொம்பன்கள் உருவாக்கிய தனி வழியில்
மீண்டும் மீண்டும் முளைத்துவிடுகின்றன
முடிவற்ற பச்சைக் கிளைகள்

இவையெல்லாவற்றையும்விட
மந்தையை மீட்க மதமிளகி மலை இறங்கும் கொம்பன்களே
அடுத்த கும்கிகளாகிவிடும் அவலம்தான் தாங்க முடியவில்லை

O

கல்லெறிந்தபோது விலகிய பாசி
நீரலைகள் அடங்கியதும் மீண்டும் மூடிவிடுகின்றன
அடி ஆழத்து உயிர்கள் ஆதி ஒளியைத்தேடி மேலே வருகையில்
நிரந்தரமாகக் கவிந்திருக்கிறது நிச்சலனமற்ற காரிருள்
படர்ந்து விரியும் பச்சைப் பாசி
மெல்ல மெல்ல உறிஞ்சுகிறது
அனைத்து உயிர்களுக்குமான உயிர்வளியை

இருளுக்குப் பழகிய நீர்நிலை உயிர்களுக்கு
நிலைமை எப்போது புரியவரும்?

அலை எழுப்பி அடங்கிப்போகவா
எறியப்படுகின்றன மீட்சி கற்கள்?

ஒளியிடமிருந்தும்
வெளியிடமிருந்தும் பிரிக்கும்
பச்சைப் பாசிகளின் சல்லி வேர்கள்
ஆயிரம் கரங்கள்கொண்ட அரக்கனாக
அனைத்தையும் அழிப்பதற்குள்
வந்து விழுந்தாக வேண்டும்
நெருப்பு அணையாத ஒரு எரி நட்சத்திரம்

அதன் வெம்மை அடியாழம்வரை பரவும் என்றாலும்
பாசிகள் கருகிய தடாகத்தில் எஞ்சும் உயிர்கள்
புதிதாகப் படைத்துக் கொண்டுவிட முடியுமல்லவா
பாசியே இனி எப்போதும் படர முடியாத
பொன் தாமரைத் தடாகத்தை

✽

கைவிடப்படும் காவல் தெய்வங்கள்

72. மணல்வீச்சில் அழியும் திருமேனிகள்

காலத்தை வென்ற தெய்வத் திருமேனிகளில்
களிம்பேறிப் போயிருந்தது உண்மையே...

பக்தர் கூட்டம் வேறு
அபிஷேகங்கள் ஆரத்திகள்
மலர் மாலைகள் பொன் நகைகள் என்று
கலைஞனின் சிலைகளைப்
பக்தனின் சிலைகளாக்கிவிட்டிருந்தது

பரிகாரச் சிலைகளில் எல்லாம் பிரார்த்தனைத் தைலங்கள்
பிரகாரச் சிலைகளில் எல்லாம் பிசுபிசுப்பான திலகங்கள்
நவீன பாரம்பரியவாதியின் அதி நவீன பெயிண்ட் பூச்சுகள்

பச்சைப் பாசிக் கறைவேறு
இன்று இடுக்குளில் எல்லாம் படர்ந்துவிட்டது
மேற்கு திசைக் காற்று வேறு
அள்ளி வந்து கொட்டியிருக்கிறது
அளவற்ற மாசுக்களை

ஆம்...
நேற்றைய திருமேனி அல்ல இன்றிருப்பது.

ஆம்
காலம் பூசிய களிம்புகளை அகற்றியே ஆக வேண்டும்
உயர் அழுத்த நவீனக் கருவிகொண்டு
பீய்ச்சி அடிக்கத் தொடங்கினர் புதிய சீர்திருத்தங்களை

நம் நிலத்துக் கல்லில் உயிர்பெற்ற திருமேனிகளை
நம் நிலத்து மணல் துகள் கொண்டே அகற்றும் 'நல்லெண்ணம்'

B.R. மகாதேவன்

எண்ணெய்ப் பிசுக்குகள் இருந்த
இடம் தெரியாமல் மறையத் தொடங்கின
பக்தர்கள் பரவசம் கொண்டு ஆடினர்

விபூதி, குங்குமக் கறைகள்
செதில் செதிலாக உதிரத் தொடங்கின
கலைக் கூட்டம் கைதட்டி ஆர்ப்பரித்தது

மணல் வீச்சின் அழுத்தம் அதிகரிக்கப்பட்டது
புனிதச் சிலையின் பூணூல் முதலில் மறைந்தது

சீர்திருத்தச் செம்மல்கள் சிந்தை குளிர்ந்தனர்

கம்பீரச் சிலைகளின்
கைகளில் இருந்த ஆயுதங்கள்
மெல்ல மெல்ல முனை மழுங்குகின்றன

அறநிலையத் துறையின் அதிகார வர்க்கம் ஆர்ப்பரிக்கிறது

மணல் வீச்சின் வேகம் மேலும் அதிகரிக்கிறது
மோக்ஷச் சிலைகளின்
மார்பில் தவழ்ந்த மணி ஆரங்கள் மெல்ல மறைகின்றன
சுற்றி வரத் தொடங்குகின்றன சுற்றுலா கும்பல்

கன்னக் குழிகள்
இதழோரக் குறுநகை
நுட்பமான கைரேகைகள்
தத்ரூபமான கால் நகங்கள்
இடை ஆபரணங்கள்
ஒவ்வொன்றாய் பூசி மொழுகப்படுகின்றன

பீரங்கி வைத்துத் தகர்க்கத் தேவையே இல்லாமல்
முளியாகத் தொடங்கிவிட்டன
நம் முன்னோர்களின் தெய்வங்கள்

ஆம், இன்று அவை அல்ல நம் தெய்வங்கள்.

அல்லது
குல மரபு தவிர்த்து
குடி வழி நீங்கி
குடும்பம் மறந்து
நாம் செய்யும் அதர்மங்கள்
நம் தெய்வங்களின் கண்ணில்பட்டுவிடக் கூடாதென்றுதான்
சிலைகளையெல்லாம்
சிறுகச் சிறுகச் சிதைக்கிறோமா ?
தெய்வத் திருமேனிகள் அழிவதால் தர்மம் அழிகிறதா ?
தர்மம் அழிவதால் தெய்வங்கள் அழிகின்றனவா ?
சூட்சும தர்மங்களின்
ஸ்தூல வடிவமே தெய்வத் திருமேனிகள்

தர்மத்தைக் காப்பதென்றால்
தெய்வத் திருமேனிகளைக் காக்க வேண்டும்.
திருமேனிகளைக் காத்தாலே தர்மம் காக்கப்படும்.

○

கைவிடப்பட்ட கோயில்களிலிருந்து
களவாடப்பட்ட தெய்வத் திருமேனிகள்
மேலை அருங்காட்சியகங்களில் ஷோ கால்கள் சூழ
கண்ணாடிக் கூண்டுக்குள் சிறைப்பட்டிருக்கின்றன

நம்மால் அவற்றை மீட்க முடிவதில்லை.

பக்கத்துப் பாலைவன தேசத்தில் நம் பாரம்பரிய ஆலயங்கள்
மாட்டிறைச்சிக் கூடமாகியுள்ளன
காயலான் கடையாகியுள்ளன
கட்டணக் கழிப்பிடமாகியுள்ளன.

நம்மால் அவற்றை மீட்க முடிவதில்லை.

மணல் வீச்சு முற்றி
நாம் பக்திப் பரவசத்துடன் வழிபட்டுவரும்
பாரம்பரியக் கோவிலில்
நாளை நாம் பார்க்கவிருக்கும் மூளித்தூணில்
திருமேனி இருந்த தழும்பு மட்டுமே
அதுவும் கூர்ந்து நோக்கினால் மட்டுமே
தெரியும்படியாக இருக்கும்

இதையேனும் காப்பாற்ற முடியாதா?

இந்நிலையே தொடர்ந்தால்
கருவறைகள் கல் சுவர் எழுப்பி மூடப்படலாம்
கல் தாமரைகள் மலர்ந்த தூண்களைச் சுற்றி
கான்க்ரீட் தூண்கள் முளைக்கலாம்
கோபுர உச்சியில்
கும்மட்டம் முளைக்கலாம் குருசு முளைக்கலாம்

இதையாவது நம்மால் காப்பாற்ற முடியாதா?
இனியாவது நம்மால் கண் விழிக்க முடியாதா?

O

இப்படியாவதற்கா இந்தத் திருமேனிகளில்
தெய்வங்களை வந்துறையச் செய்தனர் நம் தேவசிற்பிகள்

இந்தச் சிலைகளை
இஸ்லாமியப் படையெடுப்பிலிருந்து காக்கவா
இன்னுயிர் ஈந்தனர் நம் முன்னோர்

வெள்ளையரிடமிருந்து மீட்டதெல்லாம்
கொள்ளையர் வசம் கொடுக்கத்தானா?
இந்தச் சிலைகளைக் காப்பாற்றவா
பூர்விக மண் விட்டு இடம்பெயர்ந்தனர்
நம் உண்மையான திராவிட உறவுகள்
மண்ணுக்குள் புதைத்து வைத்துக் காத்ததெல்லாம்
மணல் வீச்சில் பறிகொடுக்கத்தானா?

அடிமைத் தாய்க்குப் பிறப்பவர்களுக்கு
அப்பா யார் என்பது தெரியாதுதான்
அம்மா யார் என்பதுமா தெரியாமல் போய்விடும்?
அம்மாவுக்கு நேர்ந்தது என்ன என்பதுமா தெரியாமல்
                                        போய்விடும்?
தன் நிகழ்கால மனைவிக்கும் எதிர்கால மகளுக்கும்
நேரப்போவது என்ன என்பதுமா தெரியாமல் போய்விடும்?

O

நம் மரபுக்கு நாம் தகுதியானவர்கள் இல்லை
நம் கலாச்சாரத்துக்கு நாம் தகுதியானவர்கள் இல்லை

நம் கலைகளுக்கு நாம் தகுதியானவர்கள் இல்லை
நம் தர்மத்துக்கு நாம் தகுதியானவர்கள் இல்லை
நாம் பிந்திப் பிறந்ததால்தான்
இத்தனை காலம் அவை
தப்பிப் பிழைத்துவிட்டது போலிருக்கிறது
நறுமண மலர்களைத் தொடுத்த விதியின் கரம்
இனி
மண்டை ஓடுகளைத்தான்
மாலையாக அணிந்துகொள்ளுமென்றால்
நம் நந்தவனங்கள் சுடுகாடாவதை
யார்தான் தடுக்க முடியும்?
நம் சிலைகள் மூளியாவதை
எப்படித்தான் தடுக்க முடியும்?
முன்னோரின் ஆன்மாக்கள் முடிவற்று அலைகின்றன
மணல் வீச்சில் மூளியாகும்
தெய்வத் திருமேனிகள் கண்டு

அவற்றின் வெம்மையே
ஆண்டு முழுவதும் அக்னி நட்சத்திரமாத் தகிக்கிறது
அவற்றின் கண்ணீரே அகால மழையாய்ப் பொழிகிறது
அவற்றின் சோகப் பெருமூச்சே புயலாய் வீசுகிறது

ஏனென்றால் அவற்றுக்குத் தெரிந்திருக்கிறது
தெய்வத் திருமேனிகள் அழியும் முன்னே
தெய்வங்கள் அழியும் பின்னே

*

73. வற்றாத தாய்ப்பால்

மன்னித்துவிடு அம்மா...

உன் கரம் பற்றி நடக்க ஆரம்பித்தவன்
அதன் பின் நடந்து சென்றது
நீ காட்டிய வழியில் அல்ல;

ஒவ்வொரு உறவாய்
ஒவ்வொரு உயிராய்
ஒவ்வொரு பொருளாய் கற்றுத் தந்தாய்
அம்மா,
நான் பேச ஆரம்பித்தது
உன் மொழியை அல்ல;

உன் மாயக் கரங்களிடமிருந்து விலகினேன்
உன் காதில் விழாமல் போயின என் வார்த்தைகள்
உன் கண் பார்வைக்கு அப்பால் சென்றேன்

குலதெய்வத்தின் அருள் எல்லைக்கு அப்பால்
அதன் பின் சென்றேன்
(உன்னால் தாங்க முடியாமல் போனது அது மட்டுமே)

கிடைத்த வேலை பிடிக்கவில்லை
பிடித்த வேலை கிடைக்கவில்லை

நான் நலம், நீங்கள் நலமா என்று
நான்கு வரி எழுதச் சொன்னாய்
அன்று அதைக்கூடச் செய்யவில்லை

என் ஒவ்வொரு பிறந்த நாளுக்கும் நீ அனுப்பிய
அர்ச்சனை பிரசாதங்கள்
அப்படியே திரும்பும்போதுதான்
உனக்குப் புரிய வந்தன
உன்னிடம் சொல்லாமலே வீடுகளும் மாறுகிறேன் என்பது

திரும்பி வந்தபோது
குலதர்மமும் தாண்டியிருந்தேன்
எங்கு சென்றாலும் தொடர்ந்து வந்த தொப்புள்கொடி
முதன்முதலாக அறுந்தது
ஒப்புக்கொள்கிறேன்
நான் தான் அறுத்தேன்.

நான் எதைத் தேடி
என் இளமையைத் தொலைத்தேன் என்பது
இன்றும் புரியவில்லை

அன்று இழந்தவற்றில்
ஒருவகையில்
அத்தனையையும் மீட்டுவிட்டேன்

உன் அன்பு நீங்கலாக...
உன் அருமை புரிந்து உன்னை நாடி வந்தபோது
நான் யாரோ ஆகியிருந்தேன் உனக்கு
இல்லையில்லை
உன்னை யாரோ ஆக்கிவிட்டிருந்தேன்

உடல் நிலை சரியில்லாதவரை
ஒரு எட்டு வந்து பார்த்துவிட்டுச் செல்ல
நீ அழைத்தபோதும் வந்திருக்கவில்லை

உங்களைப் பார்ப்பதற்காவது
உறவினர் வீட்டுத் திருமணங்களுக்கு வந்து போயிருக்கலாம்.

நீ தாகத்தால் தவித்தபோது
ஒரு மிடறு நீர் கொடுக்க முடிந்திருக்கவில்லை
நோயால் நீ வாடியபோது
அரை நொடிகூட அருகில் இருந்திருக்கவில்லை

B.R. மகாதேவன்

உன் அம்மாவின் இறுதி நிமிடத்தில் உடனிருக்க
உன்னால் முடிந்திருக்கவில்லை
உன் இறுதி நிமிடத்தில் உடனிருக்க
என்னால் முடிந்திருக்கவில்லை

ஒரு மகளாக அழ நேர்ந்தது உனக்கு
தாயாகவும் அழவைத்தேன் நான்

தூக்கம் வராத இரவுகள் முடிவற்று நீள்கின்றன

எந்த ஜென்மத்தில்
என்ன செய்து தீர்க்கப்போகிறேன்
உனக்கு நான் பட்ட கடனை?

என்று செய்து தரப்போகிறேன்
செய்யத் தவறிய கடமைகளை?

தகிக்கிறது உடல்
தடுமாறுகிறது வாழ்க்கை
மனதுக்குள் புலம்பித் தேம்பிய நள்ளிரவில்
கண்ணீரும் வற்றியிருந்தது
கண் முன்னே வற்றிய தாய்ப்பால் போல்

அம்மா என்று அரற்றினேன்
என் அகிலம் முழுவதும் அதிர

அப்போது
மங்கலான விளக்கொளியில்
மகள் எழுந்து நின்றது தெரிந்தது

கண்களைத் துடைத்துக்கொண்டு பார்த்தபோது
தூக்கக் கலக்கம் தெளியாமல்
ஒரு கையால் மரப்பாச்சி பொம்மையை இறுக்கியபடி
மறுகையால் என் கரம் பற்றி நடந்தாள்

விஷூக் கணி நாளின் விழித்தெழுதல் போல்
பூஜை அறை நோக்கி இழுத்துச் சென்றவள்
குலதெய்வத்தின் முன் நிறுத்தினாள்

காற்றில் அலை பாய்ந்த மகளின் கரம்
தாம்பாளத்தில் இருந்த விபூதியைத்
தன்னிச்சையாக எடுத்தது

மண்டியிட்டு அமர்ந்தேன் அம்மாவின் முன்னால்

திருநீறைச் சிறிது தலையில் தூவி
நெற்றியில் இட்டது அம்மாவின் கரம்

நெற்றிக்கருகில் கையைக் குவித்து
மென்மையாக ஊதியது அம்மாவின் இதழ்
விபூதியின் துகள்கள் காற்றில் மெல்லப் பரவின

ஒரு துகள்கூடக் கண்ணில் விழாத போதும்
எல்லையற்றுப் பெருகின கண்ணீர்த் துளிகள்

கைகளைக் காற்றில் துழாவியபடியே
மரப்பாச்சி பொம்மையை இறுக்கிக்கொண்டு
மகள் சென்று படுத்தாள்

ஆசியளித்துத் தெளித்த விபூதி நில்லாமல் பொழிகிறது

இட்டு விட்ட திருநீறு இருளிலும் ஒளிர்கிறது

இதழ் குவித்து ஊதிய காற்று வீசிக்கொண்டே இருக்கிறது

என்னம்மே...
பால்தான் வற்றும்
உன் பாசம் வற்றுமா?
உயிர்தான் பிரியும்
உன் ஆன்மா பிரிந்து செல்லுமா
உன் அன்பு மகனைவிட்டு?

✻

B.R. மகாதேவன்

74. காலடியில் மலரும் தாமரை

என் வீட்டிலிருக்கும்
கலன்கள் பலவும் காலியாக இருக்கின்றன
அல்லது
காலியாகிக்கொண்டிருக்கின்றன
நில்லாமல் சரியும் மணல் கடிகாரத்தின்
நிலையற்ற துகள்களைப் போல்...

என் வீணையில் தந்திகளே இல்லை

நான் விரிக்கும் புத்தகங்கள்
காலியாகவே இருக்கின்றன

என் சமையலறையில்
காய்ந்த விறகுகள் கையளவு மட்டுமே உள்ளன

பானைகளில் தானியங்கள்
பாதாளத்தில் கிடக்கின்றன

அடுப்புச் சாம்பலில் பூனைகள் படுத்து உறங்குகின்றன

ஆனால்
பூனைகளை மெல்ல எழுப்பிவிட்டு
உலையில் நீர் ஊற்றி
கைவசம் உள்ள விறகுகளை அடுக்கி வைத்து
இறுதித் தீக்குச்சி கொண்டு பற்றவைத்துவிட்டு
வீட்டுக்குப் பின்னாலிருக்கும்
இருண்ட மாயத் தோட்டத்துக்குள் சென்று
இன்றைய உணவுக்கான தானியம் கேட்டால்
உமி நீக்கிப் புடைத்த தானியங்கள்
முறம் நிறையக் கிடைக்கும்

அந்தரத்தில் கை நீட்டினால்
அன்றைய காய் கனிகள் கிடைக்கும்

உலையிலிட்டஉணவு கொதிக்கும்வரை
விறகுகள் நின்று எரியும்
அன்றன்றைய பசி அருமையாக ஆறிவிடும்.

உங்கள் வீட்டுக்குப் பின்னாலும் இருக்குமே
இதுபோல் ஒரு மாயத்தோட்டம்

சோகம் அல்லது சந்தோஷம் மிகுந்து
நான் வீணையின் முன் அமரும்போது
மாயத்தந்திகள் தானாக உருவாகும்
கை விரல்கள்கூடத் தானாகவே இசைக்கும்

கேட்டிருப்பீர்களே உங்கள் ஆன்மாவின் கீதங்களை

காயங்கள் பட்டு ரத்தம் கசிகையில்
இருண்ட மாயத்தோட்டத்திலிருந்து
மலர் கொத்தை நீட்டுவதுபோல்
ஒரு கரம் மூலிகைச் சாறை நீட்டும்

ஆறியிருக்குமே உங்களுடைய காயங்கள் எல்லாம்

மனம்கூடி எடுத்து வாசிக்கையில்
எழுத்துகள் தானாக ஒளிரும்

உணர்ந்திருப்பீர்களே உங்களின் உள்ளொளியை

தேவைகள் எல்லாம்
தேவைப்படும் நேரத்தில் பூர்த்தியாகும்
ஆசைகள்கூட அளவோடு நிறைவேறும்

ஆனால்
பேராசையுடன் மாயத்தோட்டம் புகுந்து
பெருங்குரலெடுத்துக் கத்தினாலும்
ஒரு அணுகூட அசையாது
ஒரு கணுகூடக் கிடைக்காது

அப்படியே கிடைத்தாலும்
நெய்யூற்றிய தீ போல் கொழுந்துவிட்டு
எரியவே செய்யும் எரிக்கவே செய்யும்

கடல் பாடு அவியுமோ
பெருந்தாகத்தை
கானல் நீர் அடக்குமோ
நாம்
காலியாகும் பாத்திரங்கள்கொண்ட
போதிய விறகுகள் அற்ற
தந்தியில்லா வீணை உள்ள
எழுத்துகள் இல்லா புத்தங்கள் இருக்கும்
வீடொன்றில் வசிக்கிறோமா?

என்ன இருக்கிறதென்று தெரியாத
எது தேவையோ
எப்போது தேவையோ
அப்போது அது அது கிடைக்கும்
மாயத்தோட்டத்தின் முன் முற்றத்தில் வசிக்கிறோமா?

இல்லாததை நினைத்து நம் வாழ்க்கை கழிகிறதா?
கேட்பது கிடைக்கும் என்ற நம்பிக்கையில் வாழ்கிறோமா?

நம் வாழ்நாள்
கழிகின்றனவா... வாழப்படுகின்றனவா?

நினைவிருக்கிறதா
பெருங்கருணையின் கருவறைக்குள் வாழ்ந்தபோது
தேவைப்பட்ட சுவாசம் கிடைத்தது
தேவைப்பட்ட நீரும் கிடைத்தது
தேவைப்பட்ட உணவும் கிடைத்தது
ஒன்றன் பின் ஒன்றாக
ஒவ்வொரு உறுப்புகள் தானாக முளைத்தன

எல்லையற்ற பரம்பொருளின் கருவறைதானே இந்தப் பூமியும்
கேட்காமலே கொடுக்கத் தெரியாதா பிரபஞ்சத் தாய்க்கு
உரியதை உரிய நேரத்தில்
உருவாக்கித் தராமல் போய்விடுவாரா விதியெனும் தந்தை

இருள் நிறை அந்தரத்தில் எடுத்து வைக்கும்
ஒவ்வொரு காலடியைத் தாங்கியபடியும்
ஒரு தாமரை மலரத்தானே செய்கிறது

✳

75. மீட்சியின் சைரன் ஒலி

ஊருக்கெல்லாம் கைவைத்தியம் பார்த்துக் களைத்த
தன் முதிய அன்னைக்கு
அந்நிய சிகிச்சை தரவைத்து
அழைத்துவந்த கடைசி மகள்
அசந்து தூங்கிவிட்டாள்

இறங்கும் நிறுத்தம் தாண்டி விரைந்து
இருளுக்குள் பாய்ந்து சென்ற அரசுப் பேருந்து
அந்தகாரத்தில்
அத்துவானக் காட்டில் இறக்கிவிட்டுச் சென்றது
பச்சைப் பட்டியும் கறுப்புக் கண்ணாடியும் அணிந்த தாயையும்
பாவாடை தாவணி அணிந்திருந்த பருவ வயது மகளையும்

ஆங்காங்கே விளக்கெரியும் தேசிய நெடுஞ்சாலையில்
நள்ளிரவில் நான்கு மைல் நடந்தால் வந்துவிடும்
அவர்களுடைய சின்னஞ்சிறு குடில்
மெல்ல
தாயின் கையைப் பிடித்து நடக்க ஆரம்பித்தாள் கடைக்குட்டி

இருளும் ஒளியும் கலந்த தார்ச்சாலை
நீண்டுகொண்டே சென்றது
அப்போது பார்த்து அருகில் வந்து நின்றது
அந்த வழிச் சென்ற அகால வாகனம் ஒன்று

கழுகு ஸ்டிக்கர் ஒட்டிய அந்த வாகனம்
பத்திரமாகக்கொண்டு இறக்குகிறேன்
உங்கள் அழகிய கூட்டுக்கு என்று
பணிவுடன் கேட்டுக்கொண்டது

தாய் தட்டுத் தடுமாறி ஏறி அமர்ந்தார்
மகளும் வழியின்றி ஏறி அமர்ந்தார்
அமைதியையும் இருளையும் கிழித்தபடி விரைந்தது
அகால வாகனம்

நெடுஞ்சாலையில் கிளை பிரிந்த
தவறான செம்மண் பாதையில்
மெல்ல இறங்கியது வாகனம்

குறுக்குவழியில் சென்றால்
சிக்கிரம் சென்று சேர்ந்துவிடலாம் என்று
முட்புதர்களினூடாக விரைந்தது கழுகு வாகனம்

தோதான இடத்தில் தாயை தூர விரட்டிவிட்டு
மகள்மீது பாய்ந்தது கழுகு
மகளும் தாயும் எழுப்பிய கூக்குரலை
விழுங்கிச் செரித்தது மயானவெளி.

மானுடரே காப்பாற்றுங்கள் என்ற கதறல்
மா நிலம் முழுவதும் ஒலித்தது

நள்ளிரவின் குளிர்காற்று
அலை அலையாகச் சுமந்து சென்ற அபயக் குரலை
உரக்க ஒலிக்கும் சீரியல் கதறல் என நினைத்திருக்கக்கூடும்
எட்டிய காதுகளும்

தெய்வங்களே காப்பாற்றுங்கள் என்ற கதறல்
திக்குகள் எங்கும் எதிரொலித்தது

கழுகு பிடியில் இருந்து தப்பியவள்
பாய்ந்து சென்று மறைந்தாள் பாழடைந்த புற்றின் பின்னால்
வாகனத்தின் விளக்கொளியைப் பாய்ச்சி
வலை வீசித் தேடியது வேட்டைக் கண்கள்
செவியற்ற தெய்வம் ஒன்றின்
கண்ணில்பட்டது கூச் வைக்கும் வாகன ஒளி

அதன் காவல் கண் திறந்தது

தன் புற்றுக்குள் இருந்து சரசரவென வெளியே வந்து
மண் தரையில் மகுடியின்றிப் படமெடுத்து நின்றது

ஆயுதம் தேடிச் சுற்றுமுற்றும் அலை பாய்ந்தவனை
சீறிப் பாய்ந்த நாகதெய்வம்
முழு வேகத்தில் கொத்தியது முழங்காலில்
வந்த வேலை முடிந்த மகிழ்ச்சியில்
இருப்பிடம் தேடி இருளுக்குள் விரைந்தது காவல் தெய்வம்

விஷமேறத் தொடங்கிய வண்டியோட்டி
மருத்துவமனைக்குச் சென்று சேர
வண்டியை எடுத்தான் அவசர அவசரமாக
விஷமும் பயமும் ஏறத் தொடங்கியவன்
தளர்ந்து விழுந்தான் புழுதித்தரையில்

அகால வாகனத்தின் ஒளி மட்டுமே
வீசிக்கொண்டிருந்த அந்தச் சாலையில்
தாயும் மகளும் தட்டுத் தடுமாறி ஓடினர்
ஆங்காங்கே வெளிச்சம் இருந்த
தேசிய நெடுஞ்சாலை நோக்கி

அம்மா காப்பாத்துங்கம்மா
என் செல்போனை எடுத்து
வீட்டுக்காவது தகவல் சொல்லிடுங்கம்மா
அநாதையா செத்து அழுக விட்டுடாதீங்கம்மா
நாயும் நரியும் கொத்தி
நாறிப் போக விடாதீங்கம்மா
செஞ்சது தப்புதாம்மா
தண்டனையைக் குறைங்கம்மா

தயங்கி நின்றாள் தாய்
ஊருக்கே வைத்தியம் பார்த்தவள்
அகால விஷங்களின்
அத்தனை முறிவுகளும் அறிந்தவள்
மகள் பதறியபடியே
தாயை இழுத்தபடி நடக்கிறாள் எதிர்திசையில்

தாயின் கால்கள் பின்னுகின்றன
மகளின் கைகளை உதறுகிறாள்

இப்போது அவன் நோயாளி
நான் மருத்துவச்சி

B.R. மகாதேவன்

காற்றில் கைகள் துழாவத் திரும்புகிறாள்
பாம்புக் கடி பட்டவனைத் தேடி
அம்மா புண்ணியமா போகும்.
போன் போட்டுச் சொல்லிடுங்கம்மா

குரல் கணித்து அருகில் நெருங்குபவள்
காயம் பட்ட காலைக் காட்ட சொல்கிறாள்

கூர்நகங்கள் உள்ளிழுக்கப்பட்ட கழுகு
கை தொட்டுக் கால் காட்டுகிறது

சேலையைக் கிழித்து
கடி பட்ட இடத்தின் மேலே இறுகக் கட்டுகிறாள்

திரும்பி வந்த மகளிடம் கூர்முள் கேட்கிறாள்
கடிபட்ட இடத்தைக்
கையால் தொட்டுக் காட்டச் சொல்லி கீறிவிடுகிறாள்

அருகம்புல் பறித்து வரச் சொல்லி பிழிந்து ஊற்றுகிறாள்
முடிந்த முதலுதவி செய்து முடித்தவள்
போன் செய்து வரச் சொல்கிறாள்
நோயாளியின் மனைவியை

மறுமுனையில் போனை எடுத்தவள்
விஷயத்தைக் கேட்டதும் பொங்கி வெடிக்கிறாள்

கண்ட நாயை இழுத்துட்டு
இவரு காட்டுக்குள்ள போவாரு
காப்பாத்த கட்டினவ வரணுமா..?

பாம்பு அவனை மட்டும்தான் கொத்திச்சா
கண்டார ஒளி உன்னைக் கொத்தலையா?

போனை வாங்கியவன் பதறியபடியே கெஞ்சுகிறான்
அவங்க பத்தினிம்மா
உசுரைக் காப்பாத்தின உத்தமிம்மா

இருட்டுல பத்தினிக்கு என்ன வேலை?
அதுவும் உன்கூட இருக்கறவ உத்தமியாவா இருப்பா

தாயும் மகளும் நூறு நாகங்கள்
ஒரே நேரத்தில் கொத்தியதுபோல் துடித்தனர்

கடி பட்டவன் கை எடுத்துக் கும்பிட்டான்
காலில் விழுந்து கதறினான்
நீங்க போங்கம்மா
உங்களுக்கு இந்தப் பழியை வாங்கிக் கொடுத்த நான்
இனி இந்த உலகத்துல வாழ்றதுல அர்த்தமே இல்லைம்மா
அடுத்த ஜென்மத்துல
உங்களுக்கு மகனா பொறந்து
அத்தனை கடனையும் தீக்கறேனம்மா
உனக்கு அண்ணனா இருந்து
உசிரைக் கொடுத்துக் காப்பாத்தறேனம்மா
இந்தப் பாவிக்கு
இந்த ஜென்மத்துல
இந்த தண்டனைதான் சரியம்மா
என்றபடியே
மெல்ல காலில் கட்டப்பட்ட கட்டை அவிழ்க்கிறான்.

ஒரு மென்மையான கரம்
அவனைத் தடுத்து நிறுத்துகிறது

இந்த ஜென்மத்துலயே அதைச் செய் அண்ணா என்று
கட்டை மீண்டும் கட்டுகிறாள் தங்கை
ஆறுதலாகப் புன்முறுவல் பூத்தபடியே

ஆம்புலன்ஸுக்கு போன் செய்கிறாள்
சிறிது நேரத்தில்
மயான அமைதியைக் கிழித்தபடி நெருங்குகிறது
மீட்சியின் சைரன் ஒலி

*

B.R. மகாதேவன்

76. வை ராஜா வை

மூணு சீட்டுக்காரன் கையில் இருப்பவை
இரண்டு ஜோக்கரும் ஒரு ராஜாவும்
(மூன்றாவதாக ஒரு ஜோக்கரும் இருப்பார்
அது யார் என்பது கடைசியில்தான் தெரியவரும்)

மூணுசீட்டுக்காரன் மூன்று சீட்டுகளையும்
உங்கள் கண் முன்பாகவே நன்றாகக் காட்டுவான்
அதன் பின் மூன்றையும் கவிழ்த்துப் போடுவான்

இடமிருப்பதை வலம்... வலமிருப்பதை இடம் என்று
மாற்றி மாற்றி வைத்து முடித்துவிட்டு இறுதியில்
ராஜாவைத் தேர்ந்தெடுக்கும்படி சொல்வான்

வை ராஜா வை என்று
உற்சாகமாக உங்களை ஊக்குவிப்பான்

ராஜா என்று சொல்லப்பட்ட நீங்கள்
கவிழ்த்தி வைத்திருக்கும் சீட்டுகளில் இருக்கும் ராஜாவை
கச்சிதமாகக் கணித்து காசை வைத்தால் போதும்

100 வெச்சா 200
200 வெச்சா 500
500 வெச்சா 5000.

முதலில் 100 ரூபாயைக் கட்டுவீர்கள்
முதல் ஆட்டத்தில் உங்களுக்குத்தான் வெற்றி
பின்னே... நீங்கள்தானே ராஜா...
அடுத்த ஆட்டத்தில் அதிகக் காசு வைப்பீர்கள்...

மீண்டும் இட வலம்... வல இடம்... வேகம்... வேகம்
எவ்வளவு மாற்றி வைத்தாலும்
இம்முறையும் வெற்றி உங்களுக்கே...

மஞ்சள் தண்ணி தெளித்து... மாலை போட்டு...

மூன்றாவது ஆட்டத்தில்
அவசரப்பட்டுச் சிறிதாகத் தவறு செய்துவிடுவீர்கள்
அவன் வென்றுவிடுவான்.
ஆனால்
உங்களுக்கே தெரிந்திருக்கும் அவசரப்பட்டுவிட்டோம் என்று

விட்டதைப் பிடிக்கிறேன் என்று
வெறிகொண்டு இறங்குவீர்கள்.

நீங்கள் செய்ய வேண்டியதெல்லாம்
ராஜா சீட்டுமீது கண்ணைக் குவித்து வைத்திருப்பதுதானே

ஐந்தாறு முறை ஆடி அனுபவம் பெற்ற பின்
நீங்களே ராஜா என்று உங்களுக்கு உறுதிப்பட்டிருக்கும்
அவன் ஜோக்கர் என்பதாகவும் உறுதிப்பட்டிருக்கும்.

கிடைத்த லாபத்துடன் போகலாம் என்று நினைப்பீர்கள்
ஏதோ ஒரு கரம்
ஏதோ ஒரு கால்
உங்களை வெளியேறவிடாமல் தடுக்கும்.

அன்று கையில் இருந்த அனைத்தையும்
அன்று ஆடிக் கிடைத்த அனைத்தையும் கட்டி
500 ஐ 5000 ஆக்கி
ஜாக்பாட் அடித்துக் காட்டக் களம் இறங்குவீர்கள்.

நடுவில் ராஜாவை வைப்பான்.
இந்தப் பக்கம் ஒரு ஜோக்கர்
அந்தப் பக்கம் ஒரு ஜோக்கர்

தற்செயலாகக் கீழே விழும்
அவன் மடியில் இருக்கும் பணம்.
நல்ல மனதுடன் குனிந்து எடுத்துக்கொடுப்பீர்கள்.

புன்முறுவலுடன் வாங்கிக்கொண்டவன்
மூன்று சீட்டுகளை வேக வேகமாக மாற்றுவான்
வை ராஜா வை என்று உற்சாகப்படுத்துவான்

B.R. மகாதேவன்

உங்களுக்குத்தான் கலை முழுக்கவும் கைவந்துவிட்டதே
இடது வலது... வலது இடது...
சில நேரங்களில் கை மட்டுமே நகரும்
சீட்டு இடம் நகராது...
பொடிப்பயல்... இவ்வளவுதான் அவன் வித்தை...
அதிக நேரம் குழப்பியதாக நினைத்து
அசைவுகளை நிறுத்திக்கொள்வான்.
ராஜா சீட்டிலிருந்து கண்ணை விலக்காத நீங்கள்
மெல்ல
நிதானமாக
கம்பீரமாக
மொத்தப் பணத்தையும் கட்டுவீர்கள்.

நீங்கள் ராஜாவென்று நம்பிக் கட்டிய சீட்டை
நீங்கள் ஜோக்கர் என்று நினைத்தவன்
திருப்பிக் காட்டும்போதுதான்
அந்த மூன்றாவது ஜோக்கர் யார் என்பது புரியும்

நீங்கள் இத்தனை நேரம் பெற்ற வெற்றிகள் அனைத்தும்
அவன் அனுமதித்ததால் கிடைத்தவை என்பது
அறிவிருப்பவர்களுக்குப் புரியும்.
இறுதி ஆட்டத்தில்
அவன் கவிழ்க்கும் மூன்றும் ஜோக்கர்களே என்பது

எத்தனை ஆட்டம் ஆடினாலும்
மற்றவர் யாருக்குமே தெரியவே தெரியாது.
எனவே
வை ராஜ வை என்று அவன் அழைக்கும்போதெல்லாம்
ஓடோடிப் போய் வரிசை கட்டி வைப்பார்கள்
ஏமாறுவது அவர்கள் இயல்பு
ஏமாற்றுவது அவன் இயல்பு.

அவரவர் இயல்புடன் அவரவர் இருக்கும் உலகில்
அறிவுள்ளவர்களால் என்னதான் செய்ய முடியும்?

*

77. சிதிலமடைந்த வீட்டில் சிறு நடனம்

சரி பண்ண முடியாத அளவுக்குச்
சிதிலமடைந்திருக்கும் வீட்டில்
ஒரு மாபெரும் தவறு சரி செய்யப்பட்டுக் கொண்டிருக்கிறது

அந்த வீட்டின் அஸ்திவாரத்துக்குள்
புதைக்கப்பட்ட ஈரம் திமிறி எழத் தொடங்குகிறது

வெளியைத் தடுத்து எழுப்பப்பட்ட சுவர்களினூடே
பறவைகள் கொண்டுவந்து நட்ட விதை
வீரிய வேர்விட்டு முளைக்கிறது

பார்த்துப் பார்த்து மனம் குமுறிய இரண்டு அணில்கள்
தன் பங்குக்குக் காரைகளை உதிர்த்துத் தள்ளுகிறது

ஒளியைத் தடுத்தபடி எழுப்பிய கூரை ஓடுகளைப்
பெரும் கோபத்துடன் உடைக்கின்றன மழைத் தாரைகள்

சிதிலமடைந்த வீட்டைச் சுற்றித் தேங்கும்
மழைநீர் பெரும் வன்மத்தை அடக்கிக்கொண்டு
மெல்ல அலையடிக்கிறது

நின்ற நிலையிலேயே
அந்த இயற்கைக்கு விரோதமான முழு வீட்டையும்
முழுங்கும் வன்மம்.

வெயிலுக்கு மர நிழல்கள் மழைக்குக் குகைகள்
பகலுக்குச் சூரியன் இரவுக்கு நிலா
தாகத்துக்கு நீர்
பசிக்குக் காய் கனிகள் தானியமணிகள்
தந்தனுப்பியும் தறிகெட்டுச் செல்லும் மனிதர்களைப்
போனால் போகட்டும் என்று
விட்டு வைக்கும் இயற்கை அன்னை
சிதிலமடைந்திருக்கும் வீட்டில்
சிறு நடனம் ஆடிக்காட்டுகிறாள்
விண் முட்டும் நம் கட்டுமானங்களின்
விதி என்னவென்று புரிந்துகொள்ள

கைவிடப்படும் வீட்டில்
ஆதி காவியத்தின்
ஒரு ஏட்டைப் புரட்டிக் காட்டுகிறது அநாதிக் காலம்

நெறுங்கிவிழும் ஜன்னல்களினூடாக
ஆதி பாடலின்
மென் ஸ்வரக் குறிப்புகளை இசைக்கிறது அநாதிக் காற்று

எந்தத் திசையில் நம் பயணம் இருந்தாலும்
குறுக்கிட்டுக்கொண்டே இருக்கின்றன
சிதிலமடையும் வீடுகள்

நாம் எவ்வளவு தூரம் கடந்து சென்றாலும்
நமக்குப் பின்பாகவே வருகின்றன
அல்லது முன்பாக முளைத்து நிற்கின்றன

இந்த வீட்டில்
சரிபண்ண வேண்டியது எவ்வளவோ இருக்கின்றன.

✽

78. நடுவீதியில் நடனமாடிய கடவுள்

கைவிடப்பட்ட தெருக்கூத்துக் கலைஞனா
வேடம் கலைக்க விரும்பாத பெருங்கலைஞனா

நிஜம் காணப் பொறுக்காத நடிகனா
நிழல் விலக விரும்பாத நடிகனா

மலையேற விரும்பாத சாமியா
மலையேறவிட விரும்பாத சாமியாடியா

அதர்மம் ஆயிரம் தலைகளைத் தூக்கிய பின்னும்
அவதரிக்காத அனந்த சயனன் மீதான ஆவேசமா

கடவுள் இருக்கிறார் கடவுள் இருக்கிறார் என்று
உள்ளுறை கடவுளை
உலகுக்குக் காட்ட விரும்பிய எளிய ஆஸ்திகரா

இந்தப் பூமியில் நாம்
தன்னந்தனியாகவே இருக்கிறோம்
கடவுள் இல்லை கடவுள் இல்லவே இல்லை
எல்லாம் வேஷமே என்று
எடுத்துக்காட்ட விரும்பிய ந ஆஸ்திகரா

இறங்காத போதையா
தணியாத தாகமா
காலமெல்லாம் ஒடுக்கப்பட்ட மனம்
ஒரு நாள் அந்தஸ்து தேடிப் பூசிய அரிதாரமா?

B.R. மகாதேவன்

இருள் விலகா அதிகாலையில்
அரிதாரம் கலைக்காமல் நடந்து சென்ற நடிகன்
எதிரில் வந்தவருக்கு இறைவனேயாகி அருள் பாலித்த தருணம்
பக்தர்களைத் தேடித் தேடி இறைவனை
இறங்கிவர வைத்துக்கொண்டே இருக்கிறதா?

கண்ணுக்குத் தெரியாமல் இருந்து
கஷ்டம் கொடுக்கும் பைசாசங்களை விரட்ட
பௌராணிக மனம் புனைந்த புராண வேடங்களா?

சுயம் அழித்து, சுகம் துறந்து இரந்து பெற்றும்
நேர்ச்சை நிறைவேறாமல் போன பக்தர்
இறுதியாகத் தரித்த இறை வேடமா?

நோய் தீர்த்த கடவுளுக்கு நன்றிக் கடனா?
ஆசை நிறைவேற வேண்டிப் பூசிய அரிதாரமா?

அரசனின் அரியணையின்
அமர்ந்துகொள்ள விரும்பும் ஆழ்மனமா?
மலினம் களைய எளிய மனம் கண்டுபிடித்த மயக்கமா?

நடுவீதிக்கு வந்து நர்த்தனமாடிய முதல் கடவுள் யார்?

*

79. மின்னல் தோரணங்கள்

யார் கைக்கும் கிடைக்காமல்
யார் கண்ணிலும் படாமல்
சின்னஞ்சிறிய சிப்பிகள்
ஆழ்கடலுக்குள்
ஓட்டமும் நடையுமாய் உருண்டுகொண்டிருக்கின்றன

உள் நுழையும் முதல் உந்துதலை
மேல் மட்டத்தில் வைத்தே சிப்பி சிறைப்படுத்திக்கொள்கிறது
என்றாலும்
ஆதி இருள் சூழ்ந்திருக்கும்
ஆழ்கடலுக்குள் போயாக வேண்டியிருக்கிறது

அது மென் சிப்பியைப் பாதுகாக்கும் சுயநலமல்ல;
உள் வாங்கிய உந்துதலை முத்தாக்கிக்கொள்ள
இருக்கும் ஒரே வழி அதுவே

தனித்து வாழும் தவத்தின் வெம்மையே
ஒரு திவலையைத் திடமாக்கி முத்தாக்குகிறது

உரிய காலத்தில் ஓடு உடைத்து
மென் தோல் கிழித்து, சதை விலக்கி
மெல்ல வெளியில் உருளச் செய்யும்போது
ஒளிரத் தொடங்குகின்றன வரமாகக் கிடைக்கும்
ஆன்மாக்களின் முத்தொளிகள்
சுற்றிப் படர்ந்திருக்கும் அந்தகாரம் கண்டு
திகைத்து நிற்பதில்லை முத்தின் சுடரொளி

கருப்பையிலிருந்து வெளியேறிய
அந்தப் புத்தம் புதிய சிசுவின் புன்னகையில்
கடலின் மேற்படலம் மெல்ல அதிர்கிறது தெரிகிறதா?

மூச்சடக்கி முத்துக் குளிக்க வருபவருக்காக
முடிவிலியின் ஆழத்தில் காத்து நிற்கின்றன
முதிர்ந்த முத்துப் பரல்கள்

எல்லா கழுத்துக்களுக்குமானதல்ல
நல் முத்து மணியோடு
ஒளி சிந்தும் மாலைகள்

O

எட்டாத உயரத்தில் மின்னுகின்றன
எண்ணற்ற நட்சத்திரங்களின் ஒளிகள்

விண்வெளியில் வெடித்துச் சிதறி
விலகி விலகிச் சென்று
விரிந்து விரிந்து பரவி
இருண்ட பிரபஞ்சவெளியில் இறுகி இறுகி
பெரு வெப்பம் தாங்கி கரித்துகள் ஒன்று வைரமாவதுபோல்
பாழ் நிலம் ஒன்று பால் வீதியில் நட்சத்திரமாகிறது

விரிய விரிய வெம்மை அதிகரிக்கிறது
வெம்மை பெருக பெருகப் பிரகாசம் கூடுகிறது

கடலுக்குள் மூழ்குதல் ஒரு தவம்
வானத்தில் விரிதல் இன்னொரு தவம்

ஆழத்து முத்துகள் எல்லாம்
மேலெழும்பி கடல் மட்டம் வந்து நிற்க
வானத்து விண்மீனெல்லாம் கீழிறங்கி
கைக்கெட்டும் தூரம் வந்து நிற்க
மண்ணுறை உயிர்கள் என்ன செய்ய வேண்டும்?

கைவிடப்படும் காவல் தெய்வங்கள்

கோக்கப்படாத ஆழ் கடல் முத்துகள்
மணலால் மூடப்படுகின்றன
பார்க்கப்படாத நட்சத்திரங்களை
தூசிப் படலங்கள் மூடுகின்றன

எப்படித்தான் உருவானதோ
மண்ணுக்கும்
விண்ணுக்கும் இடையில்
இவ்வளவு பெரிய இடைவெளி?

எதனால் உருவாகின
முத்துக்கும் நட்சத்திரத்துக்கும் இடையில்
இத்தனை இருள் ஆண்டுத் தொலைவுகள்

எதனால்தான் உருவானதோ
கிடைமட்டமாக மட்டுமே பார்க்கும் வெற்றுக் கண்கள்

ஆழத்து முத்தொளியும்
வானத்து நட்சத்திர ஒளியும்
அதிர்ஷ்டவசமாக ஒன்றுசேரும் நேரம்
வெட்டும் ஒற்றை மின்னலில் புலப்படுகிறது
ஆழ்கடலுக்குள் உருளும் அத்தனை முத்துகளிலும்
வானில் மிதக்கும் அத்தனை நட்சத்திரங்களிலும்
கோத்து நிற்கும் ஒற்றைக் கண்ணீர்த் துளிகள்

தூசும் துரும்புமாக
வெம்மையும் தகிப்புமாக
வெறுமையும் விலகலுமாக
விரிந்து கிடக்கும் இந்தப் பிரபஞ்ச இடைவெளியைக் கடந்து
ஆழ்கடலுக்குள் முளைக்கும் முத்துப் பரல் ஒளிகளும்
மேல் வானில் ஒளிரும் நட்சத்திரப் பட்டொளிகளும்
விரல் நுனி தொட்டு ஸ்பரிசிக்கும் நேரம்
பிரபஞ்சத்தில் பாய்வது
கோடானு கோடி மின்னல் தோரணங்களாக இருக்கும்
அல்லவா?

*

80. கலைடாஸ்கோப் சித்திரங்கள்

வண்ணக் கண்ணாடித் துண்டுகள் இட்டு நிரப்புகிறார்
முப்பட்டகக் கண்ணாடிகள் பொருத்துகிறார்
முன்பக்கக் கண்ணாடியைப் பொருத்துகிறார்
மேலே வேலைப்பாடு மிகுந்த காகிதத்தைக்
கச்சிதமாக ஒட்டுகிறார்
ஆளுக்கு ஒன்று கொடுத்து அனுப்புகிறார்.

விரும்பியதைப் பெற்றுக்கொள்ள வழியில்லை;
வேறொன்றை மாற்றிக்கொள்ள முடிவதுமில்லை
சோகம்தான்.

ஆனால்
அத்தனை கலைடாஸ்கோப்பிலும்
அளவற்ற வண்ணக்கோலங்கள்
மகிழ்ச்சிதான்.

இமைக்காமல் பார்க்கும் கண்கள் நமதே
சளைக்காமல் அசைக்கும் கைகளும் நமதே
ஆனால்
உள்ளிட்ட துண்டுகளையும் தாண்டி
உருவம்கொள்ளும் ஒரு கோடி சித்திரங்கள்
எதுவும் நமதல்ல
எதுவும் நம்மால் அல்ல.

ஒரே கண்
ஒரே கண்ணாடி
அதே கண்ணாடித் துண்டுகள் என்றாலும்
ஒன்றைப்போல் இருப்பதில்லை ஒருபோதும் இன்னொன்று
ஒன்றிலேயும் ஒருபோல் இருப்பதில்லை
எந்த இன்னொன்றும்

கண்கள் மூடும்போது
அத்தனை வண்ணத்துண்டுகளிலும் படர்கிறது கறுமை

ஒரு கண் மூடப்படும்போது
ஒரு கலைடாஸ்கோப்புக்குள் இருள் பரவுகிறது
ஒரு கண் திறக்கும்போது ஜாலங்கள் ஆரம்பிக்கிறது
ஒருமுறை மூடுவதுவரை
கண்களில் பதியும் சித்திரங்களா
மறுமுறை திறக்கும்போது உருக்கொள்கின்றன?

வண்ணச் சித்திரங்களின் ஆதாரம்
கண்களா... கண்ணாடித் துண்டுகளா?
இரண்டுமேயா?
இரண்டுமே இல்லையுமா?

நம்மால்தான் இந்த வண்ணக்கோலங்கள்
நம்மை மீறியே இந்த வண்ணக்கோலங்கள்
ஆனால்
ஒவ்வொரு சித்திரமும்
ஒவ்வொரு விதிக்கு உட்பட்டிருக்கின்றனவா?
உருவாக்கியவனுடைய கட்டுப்பாட்டிலா
உடைந்த கண்ணாடித் துண்டுகள் காட்டும் சித்திரங்கள்
இருக்கின்றன?

நம்ப விரும்புவதை நம்பிக்கொள்ளலாம்.

கலைடாஸ்கோப்கோப்பின் காட்சிச் சித்திரங்கள்
உருட்டிப் பார்க்கும் கண்களை மட்டுமல்ல;
உள்ளிருக்கும் கண்ணாடித் துண்டுகளை மட்டுமல்ல;
உருவாக்கியவனையுமே மீறியவையே.

❋

81. கடவுள் பிறந்த தருணம்

எப்போது பிறந்திருப்பார்
இந்தப் பூமியில் கடவுள்?

நிறைமாத கர்ப்பிணியோ
அன்பு நிறைந்த ஞானியோ
கல்லெறிய விரும்பாத முப்பாட்டனோ
களங்கமில்லாத பாலகனோ
யாரோ ஒருவர்
என்றோ ஒரு நாள்
படமெடுத்து ஆடிய பைநாகத்திடம்
பால் கலசம் வைத்துப் பணிவுடன் மன்றாடியிருப்பார்

உன் இடத்துல உன் குலம் இருந்துகட்டும்
என் இடத்துல என் குலத்தை வாழவிடு

அஞ்சி ஒடுங்கும் கோழிக்குஞ்சுகளை
அரக்கன்போல் பாய்ந்து அழிப்பதைப் பார்த்துத்
துடி துடித்த உள்ளம்
முட்டை ஒன்றை அதன் முன்
மெல்ல உருட்டி விட்டிருக்கும்

பாம்பின் குட்டிகளைப்
பத்திரமாகக் காப்பாற்றிய தன் முட்டையையும்
அது நினைவூட்டியிருக்கும்

வலிக்காம கறந்த இந்தப் பாலைக் குடிச்சிட்டு
உயிர் உருவாகாத இந்த முட்டையை விழுங்கிட்டு
உன் வழி நீ போய்க்கோ
என் வழி நான் போய்க்கறேன் நாகராஜனே
என்று நம்பிக்கையுடன் வேண்டியிருப்பார்

கல்லெறிந்து கொல்வதையும்
கம்பால் அடித்துக்கொல்வதையும்
முட்புதருக்குத் தீவைப்பதையும்
பல்லைப் பிடுங்குவதையும் தவிர்த்து
உன் நல் மனசை நம்புகிறேன் என்றபோது
நஞ்சு நிறை நாகத்தின் உடம்பிலும்
ஊறியிருக்கும் சிறு துளி நல்லெண்ணம்

நான் அருந்தும் பானம் இது அல்ல;
நான் விழுங்கும் உணவு இது அல்ல;
என்பது தெரிந்தும்
வெகுளியாக மண்டியிட்டு நிற்கும்
சக உயிரின் ஸ்நேகம் கண்டு
சர்ப்பத்தின் மனதிலும் ஊறியிருக்கும் சிறுதுளி ப்ரியம்

விஷம்கொண்டலையும் என்னையும்
வெறுக்காத இவரைக் கொன்றால்
கொலைகாரனாக மட்டுமல்ல;
கொடும் துரோகியுமாகிவிடுவேன் என்று கலங்கியிருக்கும்
படமெடுத்துக் கொத்தவிருந்த பைநாகம் முன்
நம்பிக்கையுடன் விழுந்து வணங்கிய நற் தருணம்

நம்பிச் சரணடைந்தவருக்கு நன்மை செய்ய
நல்ல பாம்பு நினைத்த நற் தருணம்

விதிப்படிப் பிழைத்துக்கொள் என
விட்டேத்தியாக விடப்பட்ட உலகில்
கடவுள் பிறந்த தருணம் அதுவாகத்தான் இருக்கும்

கும்பிடுபவரின் மனதில் கடவுள் பிறக்கும்போது
கும்பிடப்படுவதும் கடவுளாளாகித்தானே தீர வேண்டும்.

*

B.R. மகாதேவன்

82. நம்பிக்கையின் ஸ்வர்ண மஹால்

ஊரெல்லாம் விளக்குகள் மின்ன, தன் வீட்டில் மட்டும் இருள் சூழ்ந்திருப்பவனின் நிலை உண்மையிலேயே மிக, மிகப் பரிதாபகரமானது.

ஊரில் எரியும் விளக்குகள் பற்றிப் பெருமிதம் கொள்ளவும் முடியாது; தன் வீட்டு இருள் பற்றிப் பொதுவெளியில் கண் கலங்கவும் முடியாது.

ஊர் அவனுக்கும் சொந்தம் தானே; ஊராரின் சந்தோஷம் அவனுடைய சந்தோஷமும்தானே; கொஞ்சம் ஊரோடும் ஒத்து வாழ்ந்துகொள்ளலாம்தானே...

நல்லாலோசகர்களின் பணிவான கவனத்துக்கு... ஒரு நாள் அவனுடைய இருளில் வாழ்ந்துவிட்டு நீங்கள் இதைச் சொன்னால் நன்றாக இருக்கும்.

ஓர் இனிய அதிகாலையில், இருள் வீட்டான் மாமன்னரைக் காணப் புறப்பட்டான். அவனது ஆருயிர் நண்பரும்கட;

ஒரே கூரையின் கீழ் உண்டு உறங்கிக் கழித்த காலத்தை மறந்திருக்க மாட்டான். அன்றாட அக்னிஹோத்ரத்துக்கு நாகங்கள் ஊரும் சருகுகள் கடந்து அரசஞ்சமித்து சேகரித்த நாட்கள் மறந்திருக்காது.

இவர்கள் சொரியும் நெய்யுண்டு, கொழுந்துவிட்டெரிந்த அக்னி ஜ்வாலைகள், அந்த அக்னி தேவனே இந்தப் பாலகர்களைப் பார்த்துப் பதில் வணக்கம்

செலுத்துவதுபோல் இருப்பதாக ஆச்சார்யர் அதிசயித்துச் சொன்னதும் மறக்கவில்லை.

அடை மழைக்காலங்களில் இருப்பதைப் பகிர்ந்துகொண்டு கழித்த இரவுகள் நினைவுக்கு வந்தன.

தடைசெய்யப்பட்ட மல்லிகை மலர்க் கொடியின் வாசனையை ரகசியமாக அவன் நுகர்ந்ததை இவன் காட்டிக் கொடுத்திருக்கவில்லை. குருவிடம் சொன்ன பொய்க்கு இவன் செய்த ரகசிய பிராயச்சித்த விரதங்களை, பொய் சொல்ல வைத்த குற்றஉணர்ச்சியில் அவனுமே பூண்ட நாட்கள் மறக்கவில்லை.

இதையெல்லாமும் சொல்ல வேண்டும் என்று நினைத்துக் கொண்டான்.

ஆனால் நகர்ப்பிரவேசம் செய்த அவனுடைய தீர்க்கமான கண்களுக்குத் துல்லியமாகத் தெரிந்தது ஊரில் எல்லா வீட்டுகளிலும் எரியவில்லை குத்துவிளக்குகள் என்பது.

சில வீடுகளில் மட்டுமே எரியும் விளக்குகளின் ஒளி அண்டை அயல் வீடுகளின் மீது பட்டு அவையும் ஒளிர்வதுபோல் பொய்யாய் ஜொலிக்கின்றன.

அந்த ஜொலிப்புக்குக் கீழே இருளில் தவிக்கும் கண்களை இருள் பழகியவனுக்கு வெகு துல்லியமாக அடையாளம் காணமுடிந்தது.

கற்றாரைக் கற்றாரே காமுறுவர்

கண்ணீரைக் கண்ணீரே கண்டு கலங்கும்

இருளை, இருள் பழக நேர்ந்த கண்களே இனம் காணுமன்றோ.

முதல் அதிர்ச்சி.

கொழுந்துவிட்டு எரியும் ஊர் விளக்குகளில் இருந்து எழுகிறது

தொல்லுயிரெச்ச எரிபொருளின் தூக்கலான வாசம்; உருகி வழியும் மெழுகின்
ரப்பர் வாசம்.

சில வீட்டு விளக்குகள் மட்டும் எரிவதைவிடப் பேரதிர்ச்சியாக இருக்கிறது
இது.

நாசியில் இன்றும் நிரம்பியிருக்கும் குருகுல விளக்கின் நெய் வாசத்தை
விரட்டுகின்றன போலி எண்ணெய் வாசனைகள்.

தன் வீடு இருளில் மூழ்கிக் கிடப்பதைச் சொல்லவந்தவன், ஊரில் பல வீடுகள்
போலி ஒளியில் மின்னுவதைக் கிடக்கும் குறுகிய நேரத்தில் சொல்லிவிட
மனதுக்குள் பயிற்சி செய்துகொண்டான்.

ஆருயிர் நண்பனைப் பார்த்த மகிழ்ச்சியில், அடைமழைக்கால இரவுகள் பற்றிப்
பேசினார்; வேலி தாண்டிச் சென்ற கன்று காலிகளைக் குழலிசைகொண்டு
மீட்கக் கூடி உருவாக்கிய ராகங்கள் பற்றிப் பேசினார். யாக நெருப்பில்
அசிங்கம் செய்ய வந்த அரக்கர் கூட்டத்தை அடித்து விரட்டியது பற்றிப் பேசினார்.

விழாக் காலங்களில் விளக்கொளியால் ஜொலித்த ஆஸ்ரமத்தை அருகில்
இருந்த குன்றில் ஏறி நின்று ரசிக்க, இரு கரம் கோர்த்துக் கொண்டு, இருள்
பாதையில் சென்றதை அவர் நினைவு கூர்ந்து, இப்போதைய கைகளைக்
கோர்த்துக்கொண்டபோது அன்று இருந்த அதே நட்பின் கதகதப்பை
உணர முடிந்தது.

விண்ணில் இறங்கிய ஸ்வர்ண நிலவாக, இருளுக்குள் ஜொலித்த
குருகுலம் நினைவுக்கு வந்தது

இருண்டு கிடக்கும் தன் வீடு நினைவுக்கு வரவே இல்லை.

இறுகப் பற்றிய கைகளின் கதகதப்பை, இதயத்தில் தாங்கியபடி இருள் வீடு திரும்பினான்.

வனப் பாதையெங்கும் இருளே சூழ்ந்திருந்தது. வழிக் கணக்குகள் தப்பி
அகாலத்தில் வீடு திரும்ப நேர்வதும் பழகியவிஷயம்தான். இருள் வீட்டில்
வாழ்ந்து பழகியவனுக்குப் பாதையின் இருள் சிரமமா என்ன?

வழியில் தென்பட்ட சின்னஞ்சிறு குன்றில் வாகாக அமர்ந்துகொண்டு,
தூரத்திலிருந்த தன் வீட்டைப் பார்த்தவன், இன்ப அதிர்ச்சியில் உறைந்தான் முதலில்.

பால்ய கால குருகுலம் போலவே விளக்கொளியில் ஜொலித்தது அவனது வீடு.

கண்களைக் கசக்கிக்கொண்டு பார்த்தபோது இன்ப அதிர்ச்சி, இடி விழுந்த
அதிர்ச்சியாக ஆனது.

வீட்டைச் சுற்றி எரிந்தவை விளக்குகள் அல்ல...

தீப்பந்தங்கள்!

என்ன ஆயிற்றென்று எழுந்து நின்று யோசித்தான். எங்கும் இருள் சூழ்ந்த தன்
வீட்டைப்பற்றிச் சொல்லாததுபோலவே பசு நெய்யில் எரியும் விளக்குகளை
அதிகம் பார்க்கவே முடியவில்லையே என்று குத்திக்காட்டாமல் இருந்திருக்கலாமோ. தன் வீட்டைச் சுற்றிச் சுற்றி வரும் வன்மிருகங்கள்
பற்றிச் சொல்லாமல் இருந்ததுபோலவே (உண்மையில் அவை வன்மிருகங்கள் அல்ல; சிலருடைய வளர்ப்பு மிருகங்கள்) அகல் விளக்குகளின்
நடுவே மெழுகு விளக்குகள் எப்படி முளைத்தன என்று சுட்டிக்காட்டாமல்
இருந்திருக்கலாமோ? அரண்மனைச் சாளரங்களுக்கு அப்பால் மின்னிய

உளவுக் கண்களைச் சொல்லிக்காட்டியிருக்கலாமோ?

அரண்மனை மாடத்தில் நின்று பார்க்கும் அவருக்குத் தெரியாமலா அனைத்தும் நடக்கின்றன? தெரிந்தும் எப்படி நடக்கவிடுகிறார் என்ற கேள்விக்கு விடை தெரிந்துகொள்ள முடியப்போவதே இல்லைதானே.

அமைதியாகத் திரும்பியிருக்கலாமோ?

அதிர்ந்தவன், அரண்மனை இருந்த பக்கம் திரும்பினால் அதுவும் பற்றி எரிந்துகொண்டிருந்தது!

ஆண்டவா... என்ன இது? உலகம் பற்றி எரியும் இறுதிக் காலம் வந்துவிட்டதா?

உடல் நடுங்கியது... தலை சுற்றியது...

அல்லது... அல்லது... அப்படியும் இருக்குமோ?!

ஆம்,

அப்படித்தான் இருக்கும்.

வந்து போனவன் பற்ற வைத்த நெருப்பென்று ஒற்றர்படை 'தகவல்' சொல்லித் தன் ஒற்றை வீடும் தீவைக்கப்பட்டுவிட்டதா? எங்கு போயிருப்பர் என் குழந்தைகளும் மனைவியும்? எங்கு போயிருக்கும் நம்பி வலம் வந்த தொழுவத்துப் பசுக்கள்? என்ன ஆயிருக்கும் செழித்து வளர்ந்த முற்றத்துத் துளசி? என்னவாயிருக்கும் சரஸ்வதி கலச நீர்? என்னவாயிருக்கும் எனக்கு மட்டுமே அவன் கொடுத்த மயில் பீலி?

இப்போது கண்களில் கண்ணீர் கசியவில்லை; தலை சுற்றவில்லை; ஊடுருவத் தொடங்கிய குளிரைத் தாங்கிக்கொள்ள, இறுகப் பற்றிய கரங்களின் கதகதப்பை

மேலும் இறுகப்பற்றிக் கொண்டான். நெருப்புகளை
மென்மையாக வீசிற்
விட்டுக் கொண்டிருந்த தென்றல் அவன் சுவர் நாசியில், ஆருயிர்
நண்பர்களின்
வீடுகளைப் பற்ற வைத்த நெருப்பு உமிழ்ந்த புகையில் கலந்த,
கருகிய
மெழுகின் வாசத்தைக் கொண்டுவந்து சேர்த்தது.

விண் மேகங்கள் மோதி எழும் இடி முழுவதும் அவன்
உடம்பினூடாக
மண்ணுக்குள் இறங்கியது.

அவன் யூகம் சரியே...

விளக்குகளே இல்லாதவனுக்கு எரிவது எது என்பது நன்கு
தெரிகிறது; யாரால்
பற்றி எரிகிறது என்பதும் தெரிகிறது.

ஆனால் ஆயிரம் விளக்குகள் சூழப்பட்ட அரண்மனைவாழ்
அரசனுக்கு
மெழுகின் கருகிய வாசம் நாசியை எட்டியிருக்குமா? அல்லது
இனம் பிரிக்க
முடியாத அளவுக்கு அது பழகிப் போயிருக்குமா?

தூரத்தில் எரியும் அரண்மனைத் தீயில் ஓங்கி உயர்ந்த உருவம்
தெரிகிறது.
அந்த முகத்தில் இப்போது இருப்பவை நண்பனின் கண்களா?
உளவுத் தகவல்
கேட்டு நடக்கும் மன்னரின் கண்களா?

அந்த நாசியில் படரும் எரிபொருளின் மணம் அவன் முகத்தைச்
சுருங்கச்
செய்கின்றதா? ஆழ நுகர்கிறாரா அபாய வாசனையை?

புகை மூட்டத்தினூடே மங்கலாகிக்கொண்டே செல்கின்றன
காட்சிகள்:
சடசடவெனப் பற்றி எரிகின்றன நட்பின் இல்லங்கள்; மெழுகுப்
புகை சுழன்று சுழன்று
மூடுகிறது இடைப்பட்ட வெளி முழுவதையும்.

இருவர் மனதிலும் ஸ்வர்ண நிலவாக மின்னும் ஆதி நட்பின் ஆஸ்ரமத்தையும் மூடி மறைத்துவிடுமா பாழாய்ப்போன மெழுகுப் புகை?

அதை இழக்காதவரை இருவரும் எதையும் இழக்கப் போவதில்லை; அது இருக்கும்வரை எதை இழந்தாலும் மீட்டுவிட முடியும்.

ஏனென்றால்

அது ஒன்றே இழக்கப்படவும் கூடாதது

அது ஒன்றே மீட்கப்படவும் முடியாதது.

*

83. அதி மதுர ஆலகாலம்

நிரபராதியாக மட்டுமல்ல
நிராயுதபாணியாகவும்
தலை நிமிர்ந்து நின்றுகொண்டிருக்கிறேன்

சிறிய உடல்தான் என்றாலும்
விஷம் தோய்ந்த கூர் அம்புகள்
அத்தனை திசைகளில் இருந்தும்
சீறிப் பாய்ந்து வந்து தாக்கப்போதுமான அளவுக்கு
நீள, அகலப் பருமன்கள் கொண்டது

ஆனால்
மென்சதை தேடிப் பாய்ந்த கூர் அம்பின் நுனிகள்
பொருக்குத் தட்டிய உடம்புக்குள் ஊடுருவ முடியாமல்
முனை மழுங்கி விழுகின்றன

முந்தைய காயங்களின் ஆழத்துக்கு
நேர்விகிதத்திலானது பொருக்கின் கனம்

பொருக்குகள் இல்லாத உடல் பாகங்களிலோ
பற்றிப் படர்ந்திருக்கிறது முடிவற்ற தழும்புகள்
அம்பின் கூர்நுனியால் அதையும் ஊடுருவ முடியாது

தொடர்ந்து இடைவிடாமல் தைத்த முந்தைய அம்புகளே
உருவாக்கித் தந்த உடல் கவசம்

O

முந்தையதோர் பருவத்தில்
அமில மழையால் நனைந்து சல்லடையாகிவிட்டிருந்தன
உடல் அங்கங்கள்

B.R. மகாதேவன்

சிறு பிராயச் செய்முறைப் பயிற்சி நோட்டில்
பச்சை இலையை ஒட்டி வைத்தபோது
அதன் உயிர்மம் உலர்ந்து
சருகாக சல்லடையாக ஆன சிற்றிலை நினைவிருக்கிறதா?

இலையின் நடுநரம்பு மட்டுமல்ல
சல்லி வேர் போன்ற மென் நரம்புகளும்
அச்சு அசலாகத் தென்படுமே
அப்படியான ஓர் முழுமையான உலர்தல்

அதன் பின் பெய்த அமில மழைத்துளிகள்
பச்சயம் காணாமல்
பற்றி உறிஞ்சும் எண்ணெய் சருமம் காணாமல்
வழிந்தோடியது

முடிவற்றுப் பெய்த அமில மழைத்துளிகளே
அரித்து அரித்து உருவாக்கியதோர் உலர் கவசம்

O

உங்களுக்குப் புரியும்படிச் சொல்லவா
நிவாரண உதவி பெறும் முகங்களில் மட்டுமல்ல;
புறக்கணிக்கப்படும் முகங்களிலும் தென்படுவதில்லைதானே
பொங்கிப் பிரவகிக்கும் புயல் இரவின் கண்ணீர்த்தடங்கள்

O

விதிமகள்
ப்ரியசகியாக
உடலோடு உடல் ஒட்டியபடி உறவாடிக்கொண்டிருக்கிறாள்

என்னை விட்டு அவள் விலகுவதுமில்லை
என் கழுத்தைப் பற்றிய அவள் கரம்
எந்நாளும் துவளுவதுமில்லை.

பாகனுக்கு உடலில் ஓர் ஓரமாக
சருமப்படலம் போன்றதொரு சதவிகிதம் தந்துவிட்டு
முழு உடலில் நிறைந்து நிற்கிறாள் என் உமை

அவளால் என் உடம்புக்குள்
உருவாகித் தகிக்கும் எரிமலையை
வாய் வழி நெருப்பாகவோ
கண் வழி தீப்பொறியாகவோ
காது வழிப் புகையாகவோ
நாசி வழிக் கனலாகவோ
வெளியேறவிடாமல்
வளைக்கரங்களால் கழுத்தை
மென்மையாக
போதுமான அழுத்தத்துடன் பற்றிக்கொண்டுமிருக்கிறாள்
(இதற்கு நான் அவளுக்கு நிச்சயம்
நன்றி தெரிவித்தே ஆக வேண்டும்)

என் உடம்புக்குள் கொதிக்கும் எரிமலையை
யூகித்துப் பார்க்க வேண்டாம்

வெடித்துச் சிதறாமல் தடுக்கும் விதிக்கரங்களை
நீங்களும் வியந்து போற்றுங்கள்
இல்லையென்றால்
கொஞ்சம்போல் பாதிப்பு உங்களுக்கும் இருக்கும்தானே

நீங்களும் நானும் அமர்ந்து உரையாடுவதற்கான
நாற்காலிகள் இடப்பட்டிருக்கும்
அஸ்தமனப் புல்வெளி அமைந்திருக்கும்
புயலின் கண் பேரமைதியானது

அச்சம் வேண்டாம்.

நாம் மிதந்து செல்லும்
ஆழ் கடல் அலைகளற்றது

முழு நிலவின் பொன் கிரணங்களால் ஒளியூட்டப்பட்டது

ஆனால்
என் கோப்பையில் இருக்கும் திரவத்தை
உங்களுக்கு நான்
பகிர்ந்துகொடுக்காததைப் புரிந்துகொள்ளுங்கள்.

அந்த ஆலகாலம்
எனக்கு மட்டுமே அதி மதுரம்.

*

B.R. மகாதேவன்

84. பெருமழைக்காலம்

கசாப்புக்கடையின்
தாழ்தளக் கூண்டில் இருந்த கறிக் கோழிகள்
மூடப்பட்ட கடையில்
மங்கலாக எரிந்துகொண்டிருந்த விளக்கை
மருண்ட விழிகளுடன் பார்த்துக்கொண்டிருந்தநள்ளிரவில்தான்
மெல்ல வெள்ள நீர் கடைக்குள் ஊடுருவத் தொடங்கியது

சிறகிருந்தும் பறக்க முடியாததுபோலவே
நீச்சல் தெரிந்தும் மூங்க வேண்டிய
வரம் பெற்றுத்தான் வாழ்ந்து வந்தன

பெரு மழை வந்து மூழ்கடிக்கப்போவதை
மரபணுவில் பொதிந்திருந்த நுண்ணுணர்வுகள்
முன்கூட்டியே சொல்லிக்காட்டியிருந்தபோதிலும்
அவற்றால் எதுவும் செய்திருக்க முடியவில்லை.

காலடியை நனைத்தது மழை நீர்.
கூண்டின் கம்பிவலைகளில் கால் ஊன்றி மேலேறின.

கணுக்கால் மூங்கத் தொடங்கியதும்
இன்னும் மேலேறிக் கொண்டன

இறகு மூடிய சதைகளினூடாகக் குளிர்
ஊடுருவத் தொடங்கியபோது கொஞ்சம் அஞ்ச ஆரம்பித்தன

அகால வாகனங்களின் அலையடித்து
உள்ளெழும்பிய நீர் மேல் சிறகுகளை நனைத்தபோது
என்ன நினைத்திருக்கும்?

உலர்ந்த சிறகு கொண்டே பறக்க முடியாதவற்றுக்கு
நனைந்துபோவதா வருத்தம் தந்திருக்கும்?

கூண்டுக்குள் மெல்ல மெல்ல ஏறிய நீரிலிருந்து தப்பிக்க
கூண்டுக்குள் மேலே மேலே ஏறிய கறிக் கோழிகள்
கூண்டின் மேல் கூரை முட்டியதும்
உடம்பைக் குறுக்கிக்கொண்டு
உயிரை இறுகப் பற்றிக்கொண்டன

கழுத்துவரை ஏறியது
கன்னங்கரேலென்று கலங்கிய நீர்

அதன் பின்
கருகமணிக் கண்களுக்கு
மிக மிக அருகில் ததும்பியது
ஸ்மார்ட் சிட்டியின் கழிவு நீர்

தானிய மணிகள் தூவும் கரங்கள்
எப்படியும் தங்களை மீட்டுவிடும் என்று
இல்லாத இறகுகளை இறுதிவரை
இயன்றவரை அடித்துக்கொண்டு இருந்தன.

அதன் பின் இறந்தன.

மேல்தளக் கூண்டுகளில்
அடைபட்டுக் கிடந்த கறிக்கோழிகள்
அந்த இரவு வெள்ளத்தில் தப்பிவிட்டன

*

B.R. மகாதேவன்

85. முடிவற்றுப் பெய்யும் மா மழை

எத்தனையோ கோடைகள் கடந்துவிட்டன
இன்னும் உலரவில்லை அந்த மழைத்துளிகள்

எவ்வளவோ குளிர் ஊடுருவிவிட்டன
இன்னும் உறையவில்லை அந்த மழைத்துளிகள்

எத்தனையோ பாலைவனங்கள் நான் கடந்தும்
அவை ஆவியாகிவிடவில்லை

எத்தனையோ இருள் வனங்கள் நான் நுழைந்தும்
அவை என்னைவிட்டு மறைந்துவிடவில்லை

எப்படி மறையும்?

என் ஒருவனுக்காக
உன் ஒருத்தியால்
பவழமல்லி மலர்களுடன் சேர்த்துப்
பெய்விக்கப்பட்ட பெருமழையன்றோ அது.

பவழமல்லி மரத்தடியின் ஒரு முனையில் நான்
உதிர்ந்த மலர்களைக்
குனிந்தமர்ந்து கூடையிலிட்டுக் கொண்டிருந்தேன்

எதிர்முனையில் இருந்த நீ
உனக்கான மலர்களைச் சேகரிக்கும் சாக்கில்
தளிர் கரங்களால் உலுப்பி உலுப்பிப் பெய்ய வைத்திருந்தாய்
அந்தப் பெரு மழையை

சற்றுமுன் ஒரு சாதாரண மழை
பெய்து ஓய்ந்திருந்தது உனக்குத் தெரியும்
அதன் துளிகள் பவழமல்லி மலர்களிலும்
பச்சை இலைகளிலும் தங்கி நின்றது தெரியும்
நான் மறுமுனையில் அமர்ந்திருந்ததும் தெரியும்

அவை எங்கோ ஒரு வன மரத்திலிருந்து எழுந்த நீராவி
                                           குளிர்ந்து

எங்கோ அலைந்த மேகக்கூட்டத்தில் கலந்து
ஏதோவொரு மண்ணைத் தேடிச் சென்று விழுந்து
உருண்டு மறையப் பெய்த மழைத்துளிகள் அல்ல

கைவிடப்படும் காவல் தெய்வங்கள்

என் உலர்ந்த தேகத்தின் மேல்
உன் ஈரம் நிறை வளைக்கரங்களால்
பெய்விக்கப்படவென்றே பிறந்திருந்த மழைத்துளிகள் என்பது
உனக்கு மட்டுமே தெரிந்திருந்தது.

அதனாலன்றோ அவற்றை
அந்த யுக தருணத்தில் பெய்வித்தாய்

திடீரென்று பெய்த மழையால் திடுக்கிட்டுத் திரும்பிய
என் கண்களில் தென்பட்டது
பவழமல்லிப் பூக்களினூடான உன் மலர் வதனம்

என் கண்களில் தென்பட்ட சிறு கோபம் கண்டு
சற்றே பின்வாங்கிய உன் கருவிழிகளில்
கால காலத்துக்குமான ஒரு மலர் பூத்தது அந்நொடியில்

லேசாகத் தலை உயர்த்தி
'என்ன' என்பதுபோல்
இளம் குறும்புடன் புன்னகைத்தாய்

கன்னி இதழ் குவித்து
முன் ஜென்மங்களில் மொழிந்த காதல் மொழியை
இந்த ஜென்மத்தில் முதன்முதலாக மீண்டும் மொழிந்தாய்

அந்த வார்த்தைக்கு அழிவேது?
அந்தத் தருணத்துக்கு முடிவேது?
அந்த மழைத்துளிகளுக்கு உலர்வேது?

மண் சேரா அந்த மழைத்துளிகள்
முடிவற்றுப் பெய்துகொண்டே இருக்கின்றன
உதிர் பவழமல்லிகளையும் உடன் சேர்த்துக்கொண்டு

அந்தத் துளிகள் பெய்யும் உலகம் எங்கும்
சிலிர்த்து விரிகின்றது என் சின்னஞ்சிறிய சரீரம்

அங்கேயே பதுமையாக,
பாதி எழுந்த நிலையில்
பவழமல்லிகளினூடே தென்பட்ட
மலர் வதனம் பார்த்தபடியே
நின்றுகொண்டே இருக்கிறேன்.

நீ விலகிப்போய்விட்ட பின்னும்
உன் மலர்ந்த முகம் அங்கேயே இருக்கிறது

நீ பெய்வித்த மழை
நில்லாமல் பெய்துகொண்டே இருக்கிறது

நீ தூவிய மலர்கள்
எல்லையற்று உதிர்ந்துகொண்டே இருக்கின்றன.

என் அஸ்தி கலசம்
இம்மரத்தினடியில்
மாட விளக்குடன் வைக்கப்படட்டும்

அதன்மீது பவழமல்லி மலர்களும்
மழைத்துளிகளும் பெய்துகொண்டே இருக்கட்டும்.

❍

மறு ஜென்மங்களுக்குச் செல்லப்போகும் என் ஆன்மா
மந்திரமாகச் சுமந்து செல்லப்போகும்
மாயத் தருணம் இதுவாகவே இருக்கும்.

அவ்வுலகில் பவழமல்லித் தோட்டங்கள் நிச்சயம் இருக்கும்
அவ்வப்போது பெய்யும் மழைகளும் இருக்கும்
கூடையாகக் கவிழ்ந்த மலர்த் தோகையின் கீழ்
மீண்டும் காய்ந்து உலர்ந்த தேகத்துடன்
உன்னால் பெய்விக்கப்படும் ஒற்றை மழைக்காக
மண்ணில் உதிர்ந்த மலர்களைப் பொறுக்காமல் காத்து நிற்பேன்

உரிய தருணத்தில் நீ வந்து
உதிரும் பவழமல்லிகளோடு சேர்த்துப் பொழியச் செய்வாய்
உன் மழையை என்று எனக்குத் தெரியும்.
ஏனென்றால்
எனக்காக நீ பெய்வித்த அந்த மழைத்துளிகள்
உனக்கும் சேர்த்துத்தானே
அன்று பொழியத் தொடங்கியிருந்தன.

❋

86.

எல்லையற்று அரும்பும் மலர்ச் செடியில்
இப் பிறவியில் முகிழ்த்த ஒரு மென் மலரை
நின் தளிர் கரம் வலிக்காமல் பறித்து
இள வெயிலில் காய்ந்த நாரில்
நன்னீர் தெளித்துத் தொடுத்து
நறுமணக் கூந்தலில் சூடி
என் வாசல் வழி கடந்தது
என் கண்கள் பார்க்கவென்று
என் நாசிகள் நுகரவென்று
என் மெய் சிலிர்க்கவென்று
என் கரங்கள் ஸ்பரிசிக்கவென்று
என் இதழ்கள் வருடவென்று.

என் கண்கள் பார்த்தன
தென்றல் சுமந்து வந்த நறுமணத்தை
நாசியும் மென்மையாக முகர்ந்தது
மனக் கரங்கள் ஸ்பரிசித்தன
மெய் நிகர் சிலிர்த்தது
இதழால் நெருங்க முடிந்திருக்கவில்லை
இடப்புறம் நின்னை இருத்திக்கொள்ளத் தவறிவிட்டேன்

தீச்சுடர் போன்று விளங்கும்
அழகிய தாமரை மலர் மலர்ந்திருக்க
வள்ளைக் கொடிகளை விலக்கிக்கொண்டு
வாளை மீனைத் தின்னும்
கூர்மையான பற்களையுடைய நீர் நாய்போல்
முட்கள் பொருந்திய பிரப்பஞ்செடியின்
இருண்ட தூரிலே சென்று தங்கினேன்
எனக்காக மலர்ந்த
எல்லையற்ற மலரை மறுதலித்து.

B.R. மகாதேவன்

தவறுதான்...
மன்னிப்புக் கேட்க முடிந்த தவறு அல்லதான்
ஆனால்
ஆயுள் தண்டனை விதிக்கப்பட வேண்டிய தவறா என்ன?

யாழ் நரம்பு போல் ஒலித்தபடி தேனையுண்ணும்
துணை வண்டினங்கள் அஞ்சிப் பிரியுமென்றெண்ணி
தேர்மணிகளின் நாவை ஒலியாமல் கட்டியபடி
திரும்பிவிடுவேன் கார் கால முதல் மழைக்கு முன் என்று
சொல்லித்தான் சென்றிருந்தேன்

திரும்பினேனில்லை.

கன்றுகள் வீடு திரும்பும் மாலையிலே
எனக்காகக் காத்திருந்த காலம் ஒன்று இருந்தது.

வறண்ட குளங்கள் எல்லாம் நிறையுமாறு
விடியற் காலையில் பெய்ததொரு பெருமழையாக நீ இருந்தாய்

வண்டுகள் உதிர்த்த பூக்களின் தாதுகள் உதிர்ந்து கிடக்க
அதனூடே இலவம் பூக்களும் உதிர்ந்து கிடக்க
பவளச்சிமிழிலே பொன் பொடியைச் சேர்த்து வைத்தது
போல் மின்னியது நம் பால்யம்

அசோக மரத்தின் உயர்ந்த கிளையில்
ஆடிக்கொண்டிருந்தது நம் ஊஞ்சல்

உயர்ந்த திண்மையான மணற்பரப்பில்
மதகு தாண்டிப் பாய்ந்த பழையாற்றின்
அலை ஓசை கேட்டபடியே அமர்ந்திருந்தபோது
நட்சத்திரங்கள் வழி வந்து பேசினாய்

O

முடிவற்று நீண்டன அந்த நட்சத்திர இரவுகள்

O

இன்று ஒன்று உரைப்பாயின்
அவர் இன்றே வருவார் என்று உரைப்பாயாக என்று
சிவப்பு மாலை அணிந்தது போன்ற பச்சை கிளியினை
சின்னஞ்சிறிய கரங்களில் ஏந்திக் காத்திருப்பாய் என்று
அலட்சியமாக இருந்துவிட்டேன்

கைவிடப்படும் காவல் தெய்வங்கள்

சுனையின்று பாயும் வெண்ணிற அருவிகளைத்
தன் உச்சியில் கொண்ட உயர்ந்த மலையில்
கூப்பிடு தூரத்தில் இருந்தது உன் உலகம்

மனப் பறவையால் எளிதில் பறந்து கடக்க முடிந்த
அந்தக் கூப்பிடு தூரம்
மறு ஜென்மத்தில்தான் சென்றடைய முடியும் தூரமாகிப்
                                      போனது

வேட்டுவன் தூண்டிலில் சிக்கிய மீன் போல் துடித்தது
பொருள் வழிப் பிரிந்த என் வாழ்க்கை

அசோக மரத்தின் உயர்ந்த கிளையிலிருந்து
தொங்கிக்கொண்டிருந்த நம் ஊஞ்சலின்
ஒரு பக்கக் கயிறு அறுந்து தொங்கியது

ஒப்புக்கொள்கிறேன்
அறுந்த பாகம் எனதே
ஆனால்
நீர் கொஞ்சமாக இருந்த பள்ளத்திலே விழுந்த களிறைப்
பெரிய மரங்களை முறித்து முறித்துப் போட்டு
மீட்ட பிடியானை பற்றிய கனவில் மிதந்திருந்தேனா
மாய மரம் முறிபடும் அந்த ஓசையானது
என் விண்ணைத் தழுவி மூடியிருந்ததா
தெரியவில்லை.

கை நழுவிப் போவது புரிந்து
கைப்பிடியை இறுக்குவதற்குள்
காலம் கடந்துவிட்டிருந்தது

மின்னல் வழிகாட்ட நடந்த மலைச் சரிவு
மெல்ல மெல்ல நீண்டுகொண்டே சென்றது

தோழியருடன் ஒருங்கு பாய்ந்து
நீ நீராடாததால் கலங்குதல் இன்றி
நீ அத்திசையில் நடக்காததால் தென்றலுமின்றி
மேற்புற மெல்லிய சிலிர்ப்பும் இன்றி
நீண்ட இதழ் கொண்டு
அச்சுறுத்தும் கருநீலப் பூக்கள் மலர்ந்திருக்கும் சுனையில்
அதன் பின் பிரதிபலித்தது வைதவ்ய வானம்
உறைந்த அந்த நீர் நிலையில் பிரதிபலிக்க

B.R. மகாதேவன்

ஒரு நிலவில்லை
ஒரு கதிரவன் இல்லை
ஒற்றை நட்சத்திரமும் இல்லை.

மூங்கில்கள் ஒன்றுடன் ஒன்று உரசி சொரிந்தன தீப்பொறிகள்
மிகுதியாகக் கிடந்த சருகுகள் புகைந்து
சிறு நெருப்பு மூளத் தொடங்கியது

நான் திரும்பியிருக்க வேண்டும்.

சுழன்றடித்த காற்று ஊகம் புல்லின் மேல்
அந்நெருப்பைப் பற்றச் செய்தது

நான் ஓடிப் பாய்ந்து அணைத்திருக்க வேண்டும்.

தவறிவிட்டேன்.

நம் முழுவனமும் பற்றி எரிந்தது.

காட்டுத் தீக்குள் சிக்கிய வாணிகச் சாத்து முடங்கியதுபோல்
என் வாழ்வும் முடங்கியது

அன்புக்குரியவர் சொல் கேளாமல்
தனியே சென்ற யானைக்கன்று
புலி கண்டு வெருண்டோடுவதுபோல்
பிளிறியபடி ஓடத் தொடங்கியது என் காலம்

ஓடக்கோலும் நிலை பெறாத அளவுக்குப் பெருகியோடும்
பழையாற்றின் புது நீர்ப் பெருக்கு ஒன்றில்
அரிதாள் நிலத்தைப் பிளந்து மண் பிறழும்படி உழுதால்
அதன் பின் நடும் நாற்றெல்லாம் வயல் நிறைய முளைத்துவிடும்
என்று இறுமாந்திருந்தேன்

வேழக் கரும்பாலான விரிந்த தெப்பத்தில்
ஆடியாடிச் செல்லும் யானையின் முக மலர்ச்சியைப் போல்
உன் மார்பில் கிடக்கும் பூந்தாரும் குழையும்படியாக
உன்னுடன் புனலாடும் நாள் வராமலா போய்விடும் என்று
அலட்சியமாய் நினைத்திருந்தேன்

செந்தீ போல் சிவந்து விளங்கும்
நவீன நகரத்து ஞாயிறினால்
பயிர்கள் தீய்ந்து ஒழிய
மழை பொய்த்தன பிந்தைய கோடைகளில்

கைவிடப்படும் காவல் தெய்வங்கள்

தரையெங்கும் வெடிப்புகள் ஏற்படுமாறு
வெம்மையான கதிரவன்
நெருப்பினைப் போல்
எதனால் எரிந்தான் நம் நிலம் முழுவதும்
எங்கும் பசுமையற்று எதனால் எரித்தான்

நிழல் தேய்ந்து உலர்ந்து போயின மரங்கள்
பாறைகளும் கொதிக்க
நீரற்றுப் போயின பசுஞ்சுனைகள்
காய்ந்து உதிரும் நெல் மணியெல்லாம்
பொரியாகும் வெம்மை.

இளைய கிளி தூக்கிச் செல்ல முடியாத பெரிய கதிரை
வளைந்த அருவாள் கொய்துவிட்டது தினைப்புனத்தில்

பொன் தாலி தேர் முகப்பில் தொங்கிக்கொண்டிருக்க
தங்க ரதம் ஏறி வைர மணிப் பொதிகள் சுமந்து
உன் வாசல் வந்து நிற்பேன் என்று
சூளுரைத்த வாக்கியங்கள்தான்
என்னைத் திரும்பவிடாமல் துரத்தியதா?

மேற்செல்லாது நிற்கும் எருமைகளை
கோல் கொண்டு அடிக்கும் உமணர்போல்
உன் நினைவுகளால் தடுமாறி நின்ற என்னை
அடித்து அடித்து எதிர் திசையில் நகர்த்தியது வாழ்க்கை

புழுதி படிந்த கால்களுடன்
பாலைகள் பல கடந்து உலர்ந்த உடலுடன்
அன்பும் மட்டும் நிறைந்த பொதியுடன் திரும்பியபோது
எல்லாம் முடிந்துபோயிருந்தது.

அழகிய கார்த்திகை சுடர் விளக்கு வரிசை போல்
மலர்ந்து நிற்கும் இலவம் பூக்கள்
என்றோ உதிர்ந்துவிட்டிருந்தன

பூங்கொத்துகள் தாழ்வாக இருக்கும்
மரக்கிளைகள் மறைக்கும் மணல் மேட்டில்
சூன்யம் சூன்யத்தைத் தழுவிக்கொண்டிருக்கிறது

நீரற்ற குளத்தினையும் பெருக்கிவிட்டிருக்கும்
நாளும் நான் உள் இழுத்த கண்ணீர்

B.R. மகாதேவன்

வேதனையின் மலர்களைச் சொரிந்திருந்தால்
பூமியே மூடப்பட்டிருக்கும்

பலாமரக் கிளைகளில் ஆடிய
நம் அணில்கள் எங்கே போயின?

நல்ல யாழிலே நான் இசைத்த செவ்வழிப் பண் மறந்துவிட்டது
மலர் வனத்தில் நமக்கு மட்டுமே கேட்கும்படியாக
நீ பாடிய மென் ஸ்வரங்களன்றோ
அன்று இசைத்தன என் விரல்களை

சிறிது நேரம் தோழிகளுடன் விளையாடினாலும்
வியர்வை அரும்பி நிறையும் நெற்றியுடன் தளர்ந்து வந்து
நீ அமரும் திண்ணை இடிந்து கிடந்தது

பூக்கள் ஒழியப் பெற்ற கொடி போலே
நம் உலகம் வாடிக் கிடக்கிறது.

சிலம்பு விளங்கும் சிற்றடிகளும்
வளைந்த மூங்கிலின் கணுக்களுக்கு இடைப்பட்ட இடம் போன்ற
மென் தோள்களும் கொண்ட என் தேவி

நான் ஏற்றிய அந்தி விளக்கே துணையாகத்
தனித்திருக்கும் பின் மாலைப் பொழுதுகளில்
நிலவொளியில் நனைந்த மலர் வனத்தினுள்
நீ நுழைந்ததை உணர்த்த எழுப்பிய
மெல்லிய குயிலோசை
காதினில் ஒலித்துக்கொண்டே இருக்கிறது

அனுசுயே...
உன் கரத்தால் மட்டுமே நிரப்ப முடிந்த கொப்பரை ஏந்தி
உன் வாசல் வந்து நிற்கிறேன்
மன்னித்தேன் என்று ஒரு வார்த்தை சொல்லி
நம் பால்யத்தின் சிறு மணிக் கதிர் ஒன்றை
நீ ஏந்திவந்து இடாமல் தாழாது இந்த யாசகக் கரம்.
நிறையாது நின் ஸ்த்ரீதர்மம்.

❋

87. ரக்ஷா பந்தன்

உயர்ந்த மணலையுடைய அடைகரையிலே
அலைகளால் ஒதுக்கப்பட்டு வந்து கிடக்கும்
சுறாமீனையும் அறுத்து உண்பது நும் வழக்கம்

தாமாகவே முதிர்ந்து பழுத்த வாழைக்கனிகள்
சாரல் பலாவின் இனிய சுளைகள்
பாறைக்கண் அமைந்த நெடிய சுனையின் ஸ்படிகநீர்
நன்கு விளைந்த நறுந்தேன் அனைத்தையும்
அடுத்தடுத்து உண்ட ஆண் குரங்கு
மிளகுக்கொடிகள் படர்ந்து வளர்ந்திருக்கும்
சந்தன மரத்தில் ஏற முடியாமல்
நறுமணம் மிக்க பூக்களின் படுக்கையில்
களிப்புடன் உறங்கும் நிலம் எம்முடையது

கடற்கரை மேட்டின் புன்னை மரத்தின்
இனிமையான நிழலிலே தங்கி
கடற்பரப்பினிலிருந்து தந்தைகொண்டுவந்த
கொழுமையான மீனின் வற்றலைக் கவர வரும்
காகங்களை விரட்டியபடி இருப்பார்கள்
உன் குலப் பெண்கள்

பூக்கள் பொருந்திய மாலையானது
அசையும்படியாக அடிக்கடி எழுந்து சென்று
கிளிகளை ஓட்டும் ஓசைகளை எழுப்பியபடி
தினைப்புனம் காப்போம் நாங்கள்

களத்திலே பட்ட வீரர்களுக்கு
நடுகல் நட்டு
மயிலின் தோகை சூடி

B.R. மகாதேவன்

துடி அடித்து
தோப்பிக் கள்ளுடன்
செம்மறி பலியிட்டு வெறியாட்டம் ஆடுவோம் நாங்கள்

நல்ல முறையிலே களம் அமைத்து
வேலினை நிறுத்தி கண்ணி சூடி
வளம் பொருந்திய கோயிலிலே வேலனின் புகழ் பாடி
பலி கொடையும் இட்டு
செந்தினையைக் குருதி கலந்து தூவி வழிபடுவோம்

ஆழ்கடல் மூழ்கியெடுத்த முத்துக்களையும்
வலம்புரிச் சங்குகளையும்
சினைச் சுறாமுள் நட்டு
யாழிசை கூட்டி கானல் வரி பாடி
புன்னை மர நிழலில் கட்டிப்போட்ட படகுகளையும்
புகையோடு தூபம் காட்டி வணங்குவீர்

விளை பயனான நெல்லைத் தொகுத்த உழவர்கள்
இரந்தோரின் வறிய கலங்கள் எல்லாம் நிறையும்படி
வாரிச் சொரிவர் நெல்மணிகள்

நீவிரோ
குறுகிய கண்கொண்ட வலைவீசிப் பிடிக்கப்பட்டுத்
குற்றுயிராகத் துடிக்கும் மீன்களை இடுவீர்

எம் குழந்தைகள் இழுத்து விளையாடும் சிறு தேர்
நிலவொளி தவழ் நும் வெண் மணல் கரையில் ஓடாது

குளிர்ந்த மழை நீரைப் பருகிக் களிக்கும்
கார் காலம் எமக்கு உகந்தது

உப்பளங்கள் கரைந்து ஓடும்
அக்காலம் உமக்கானதா என்ன?

கீழைக் காற்றினால் எழும் கடலலைகள்
மோதி உடைக்கும் மணல் மேட்டில் கிடக்கும்
பழைய படகுகளைச்
செப்பனிட்டுத் தர எம் தமயனுக்குத் தெரியாது.

விரல்களில் ரத்தம் வடிய நான்
இறுக்கிப் பின்னும் வலைக் கண்களின் வழி
வழிந்தோடிவிடும் அத்தனை மீன்களும்

குளிர்ந்த மழையினை ஏற்று பன்முறை உழுதிட உகந்த
செம்மையான மண் நிறைந்தது எம் நிலம்
எனினும்
முன்னோர் வழிச் செல்ல
நும் பின்னோரால் முடியாது

அருஞ்சுரத்துக் கள்வர்கள் தொழுவங்களினின்று
ஆநிரை கவர்ந்து செல்ல
அவரை வெருட்டிச் சென்று போரிட்டு மீள
கடலாடும் நும்மால் முடியாது

செம்புலப் பயல் நீரில் மிதந்தொழுகும் பூவின் தேனை
கடலோரம் காயும் கருவாடு கொத்தும் காகம் விரும்பக்கூடுமோ?

யாதும் ஊரே
யாவரும் நம் கேளிரே...

உண்மையே...
ஆனால்
நும் கையில் ஏந்தி நிற்கும்
பொன் மணிச் சரடை
நீவிர் கட்ட வேண்டிய இடம்
என் வெண் சங்குக் கழுத்தல்ல
வாழைத் தண்டு போன்ற என் வளைக் கரமே

சோதரா...
தோழமை என்பது
திருமணத்தால் மட்டுமா சாத்தியம்?

ஈரம் நிறை களி மண்ணும்
நுண் கடல் மணலும்
சாணைக்கல்லும் அரக்கும் சேர்வது போல்
சேர முடிந்தவை அல்ல

என் ஈரம் உலர்ந்து புழுதியாகிவிடுவேன்
உன் நுண்மை திரிந்து சேறாகிவிடுவாய்.

சந்தன மரம் பற்றும் மிளகுக்கொடி போல்
நான் இங்கு பற்றிப் படர்ந்துகொள்கிறேன்
அலை மிகு கடலுக்குள்
உன் கலம் ஏறி ஊடுருவிச் சென்று கொள்

அந்தி நிலத்தில் கடற்கரையில்
கடல் தெய்வம் நிற்பதுபோல்
கடற்கரைச் சோலையில் தனியே
காத்து நிற்கப் பிறந்த மாசற்ற சுடர்க்கொடி
என் ஆருயிர்த் தோழியேயன்றோ
அவள் இல்லம் கெடுத்து
என் இல்லம் விளங்கச் செய்துவிட முடியுமா?

புயலிடை சிக்கும் உன் சிறு கலத்தை மீட்கும் தெய்வம்
அவளுடைய பிரார்த்தனைகளைத் தேடித் தவிக்குமே

ஆநிரை மேய்த்துத் திரும்பும் என் ஆடவன்
நானின்றிப் போனால் யாரைத் தேடிச் செல்வான்?

உன் வீட்டில் விளக்கேற்ற நான் வந்தால்
என்னவன் வீட்டில் யார் ஏற்றுவார் அனுதினம் விளக்கு?

யாயும் எந்தையும் யாராகியரெனினும்
ஞாயும் நுந்தையும் எம்முறை கேளிரெனினும்
செம்புலப் பெயல்நீர் போல
அவர்தம் அன்புடை நெஞ்சம் தாம்கலந் தற்கு
ஈதன்றோ இயல்பான காரணம்

மேலும்
நட்புடை நெஞ்சமும்
செம்புலப் பெயல் நீர் போல்
கலக்கத்தானே செய்யும்.

வா
இந்த வளைக்கரங்களில் கட்டு
நின் ரக்ஷா பந்தனை
அன்புக்கினிய சகோதரா.

✼

88. தந்தத்தால் செய்யப்பட்ட அங்குசம்

பாகன் மேலேற
பவ்யமாகக் கால்மடித்து நின்று கொடுக்கும்

வலது காதுப்பக்கம் மிதித்தால் இடதுபக்கம் திரும்பும்
இடது காதுப்பக்கம் மிதித்தால் வலதுபக்கம் திரும்பும்

பாகன் படுக்கச் சொன்னால்
நான்கு காலையும் மடித்துப் படுக்கும்.

எழுந்திருக்கச் சொன்னால்
நான்கு காலிலும் எழுந்து நிற்கும்

யானை
தன்னியல்புடன்,
தன் விருப்பத்துடனே
எல்லாம் செய்கிறது.

யானை ஓரக்கண்ணால்
அவ்வப்போது அங்குசத்தைப் பார்ப்பதை
நாமும் பார்க்கிறோம் என்றாலும்
அந்த அங்குசம் அதை அச்சுறுத்த வாய்ப்பே இல்லையே.

ஏனென்றால்,
யானை நினைத்தால்
பாகன் கையில் இருக்கும் அங்குசத்தைத்
தும்பிக்கையால் பிடுங்கித் தூக்கித்
தூர எறிந்துவிட முடியும்

காலுக்குக் கீழே போட்டு மிதித்தால்
தட்டக்குச்சியாக உடைந்து நொறுங்கிவிடும்

B.R. மகாதேவன்

அதோடு அந்த அங்குசம்
தங்கநிறப் பூண் போடப்பட்டு மிக அழகாக இருக்கிறது.
அதன் குமிழ் முனை
அத்தனை வழவழப்பாக
அத்தனை சாதுவாக இருக்கிறது.

அது ஒரு காலைத் தூக்கும்போது
அதன் கீழே தலைவைத்துப் படுக்கக்கூடச் செய்யலாம்

பாகன் தூங்கி எழுந்திருப்பதுவரை
அந்தப் பிரம்மாண்ட யானை
ஒரு காலைத் தூக்கிக்கொண்டு
நொண்டிபோல் நின்றுகொண்டே இருக்கும்

அங்குசத்தை அந்தக் கால்மீது
சாய்த்து நிற்க வைத்திருந்தால்போதும்

தூக்கிய அந்தக் கால் அதன்பின்
அங்குசம் அங்கிருந்து எடுக்கப்படும்வரை
அரை அங்குலம்கூடக் கீழிறங்காது

பாகன் மீதான பாசமே
அங்குசம் மீதான மரியாதையே
எல்லாவற்றுக்கும் காரணம் என்று நம்புகிறீர்களா?

நல்லது.
அப்படி நம்புபவர்கள்
இதற்கு மேல் படிக்க வேண்டாம்.

அங்குசம் பற்றிய
ஓர் எளிய உண்மையைச் சொல்லப்போகிறேன்
அதன் வளைந்த,
கூரான,
மறுபக்க நுனியைப்பற்றிச் சொல்லப்போகிறேன்

அது பாகனைப்பற்றிய உண்மையும்கூட.

யானைக்கு, தான் ஒரு காட்டு விலங்கு என்பது
நினைவில் இருப்பதில்லை.

நம்பிக் கால்வைத்த தாய்பூமி தடாலெனப் பிளந்து
கனத்த சரீரம் முழுவதுமாகக் கதி கலங்கி விழுந்தது
நினைவில் இருப்பதில்லை.

இரவும் பகலும் எல்லையற்றுப் பிளிறியும்
தன் இனத்திலிருந்து எந்த உதவியும் கிடைத்திராமல்
(அதன் காரணமும் புரியாமல்)
முற்று முழுதாகக் கைவிடப்பட்ட
நினைவுகள்கூட வராது

வேதனை முழுவதையும் தும்பிக்கையில் குவித்து
வான் பார்த்துக் கதறி அழுத நொடி நினைவிலிருக்காது

அப்போது அதன கண்ணில் தென்பட்ட
இறுதி வானம் முழுவதுமாக இந்த அங்குசம்
ஒரு கரத்தில் உயர்ந்து தோன்றியதும் நினைவிலிருக்காது.

மீட்சிக்கு வந்த தன் தெய்வத்தின் கரமாக அதை
முழுவதுமாக நம்பியதும் நினைவுக்கு வராது.

எதுவுமே
எதுவுமே நினைவிருக்காது.
ஆனால் தங்க நிறப்பூண் போட்ட அங்குசம்
உச்சந்தலையில்
ஒரு நூறு இடியாக இறங்கியது மட்டுமே நினைவுக்குவரும்.

உடம்பின் ஒவ்வொரு அணுவிலும்
ஒரு கோடி மின்னல் பாய்ந்தது மட்டுமே நினைவுக்கு வரும்.

அந்த நொடியிலிருந்து
ஒரு கானக ராஜன் அடிமை விலங்காகிவிடுகிறது

அதன் காடு முழுவதுமாக இருண்டுவிடுகிறது

பொன்னிறப்பூண் பூட்டிய அங்குசம் மட்டும்
அந்த இருள் வனத்தில் எல்லையற்று ஒளிர்ந்தபடி வழிகாட்டுகிறது

வலி மிகு வழி.

பள்ளத்திலேயே விழுந்திராத
பல தலைமுறைகளுக்குப்பின் பிறக்கும்
யானைக்கன்றுகளுக்குக்கூட
அந்த அங்குசத்தைப் பார்த்தால்
அத்தனை மரபணுக்களும் அலறித் துடிக்கும் அளவுக்கான
அந்த வலி மட்டுமே நினைவுக்கு வரும்

தூக்கிய காலைக் கீழிறக்காமல் நிற்பதன் காரணம் புரிகிறதா?
பாகன் மீதான பாசத்துக்கான காரணம் புரிகிறதா?

உங்களுக்கு
யானையின் பிரம்மாண்ட ஆகிருதி தெரியும்.

ஆயிரத்தில் ஒரு பங்கு போன்ற
அங்குசத்தின் அளவும் தெரியும்.

ஆனால்
யானைக்கு மட்டுமே
தங்க நிறப்பூண் போட்ட
மிக மிகச் சிறிய அங்குசம் பற்றி முழுமையாகத் தெரியும்.

நீங்கள் அங்குசங்கள் பற்றித்
தெரிந்துகொள்ளாமல் இருப்பதே நல்லது

முதல் காரணம்
அனுபவபூர்வமாக மட்டுமே அதை உணரமுடியும்.
எனவே அந்த வலி உங்களுக்கு வேண்டாம்

இரண்டாவது காரணம்
பாகன் இல்லாத கஜராஜனே கிடையாது
அங்குசம் இல்லாத பாகனுமே கிடையாது.

மூன்றாவது காரணம்:
அங்குசத் தாக்குதலைவிட
உங்களை அதிரவைக்கும்:
அதாவது,
அங்குசங்கள் யானைகளுக்கு மட்டுமேயானவை அல்ல.

ஒவ்வொரு பூர்வகுடி குலத்தின்மீதும்
தொங்கிக்கொண்டிருக்கின்றன
ஒன்றுக்கு மேற்பட்ட அங்குசங்கள்

தூக்கிய காலின் மேல் வைக்கப்பட்டால்
மூன்று கால் வலியுடன்
முடிவற்று நின்றுகொண்டே இருக்கவைக்கும் அங்குசங்கள்

ஒரு முறை அடிமைப்படுத்தினால்
மீட்சியே இல்லாமலாக்கும் அங்குசங்கள்

வேறு எந்தவகையிலும் ஏற முடியாத
தன் பிரம்மாண்ட உடல் மேல்
கால் மிதித்து ஏறி அமரவும்
காது மடல்களில் காலால் உதைத்து மேய்க்கவும்
தானே கால் மடக்கி நின்று கொடுக்கவைக்கும்
தங்க நிறப்பூண் பூட்டிய
யானையின் தந்தம்கொண்டே செய்யப்பட்ட அங்குசங்கள்

*

89. பயணிகளின் அன்பான கவனத்துக்கு...

விளைநிலம் ஊடறுத்து அமைக்கப்பட்ட
தொலைதூர ரயில் தடத்தில் பயணம் செய்யும்போது
நாம்
ஒரு மரண பாதையிலன்றோ பயணம் செய்கிறோம்

சிற்றுயிர்களின்
எல்லைகளே அற்ற ஒரு நாட்டை
இரண்டாகப் பிளந்த மரணப்பாதை

அதன் பின்னும்
இப்புறம் அப்புறமுமாகப் பிரிவினை செய்யப்பட்ட உயிர்கள்
எல்லை தாண்டி
அதாவது நாம் உருவாக்கிய எல்லையைத்
தாண்டிச்செல்லும போதெல்லாம்
அதி வேகத்தில்
பெரும் சப்தத்துடன்
கொன்றுகுவித்தபடிச் செல்கின்றன நம் மரண ரயில்கள்
(மரணப்பாதையில் மரண ரயில்தானே போகும்)

இப்புறம் இருந்து கேட்ட உறவின் குரல்
அப்புறம் இருந்து வந்த நட்பின் வாசம்
அவற்றை ஆசை ஆசையாக
எல்லை தாண்ட வைத்திருக்கும்

நம் ரயில்
அந்த ப்ரியத்தின்மீது
தட தடத்துச் செல்கிறது ப்ரிய சகோதரன்மாரே

○

மரண வாகனத்தின் சைரன் ஒலி கேட்டு
இரவுகளில் மிரண்டு ஓடுகின்றன
இரு நாட்டுச் சிற்றுயிர்கள்

முதல் ஒலி கேட்டு மிரள்பவை
இருண்ட தண்டவாளத்தில் தெரியாமல் ஏறிவிட
இரண்டாவது ஒலி கேட்டு மேலும் மிரண்டு
தண்டவாளத்தடத்திலேயே பயந்து ஓடுகின்றன

ரயிலின் ஹெட்லைட் வெளிச்சத்தில்
பளபளக்கும் தண்டவாளங்கள்
ஒரு மின்வேலி போல் அவற்றை
நேர்கோட்டில் ஓடும்படி
நிர்பந்திக்கின்றனவோ என்னவோ

ஆயிரம் உயிர்களுக்காக
ஓர் உயிரைக் கொல்லலாம் என்று
பயனாளர் கையேடு வழிகாட்டுகிறது

ஓட்டுநர்
இறுதி அன்புடன்
அல்லது
இறுதி அதிகாரத்துடன் சைரனை அழுத்தும்போது
சிம்மகர்ஜனை போல் ஒலிக்கிறது மூன்றாவது சங்கொலி.

அது முடிவற்றும் ஒலிக்கிறது
மிரண்டு ஓடும் யானைக்கன்றின்
முடிவுவரையும் ஒலிக்கிறது.

எவ்வளவு பெரிய உடல்மீது
எத்தனைமுறை ஏறிச் சென்றாலும்
சிறு அதிர்வுகூடத் தெரியாதவண்ணம்
அதி நவீன ஷாக்அப்சர்வர்கள்கொண்டவை
நம் நவீன மரண ரயில்கள்

○

அஸ்தமன அல்லது உதயாதி காலங்களில்
பயணம் செய்யும் சிலருக்கு
வெள்ளைக்கொக்குகள் புல்வெளியில் நடந்துகொண்டிருப்பது
பாலே நடனமாடுவது போல் தெரியலாம்

தேன் உறிஞ்சி வாழும் அலகுகள் இல்லாத அவை
உண்மையில்
புழுக்களை வேட்டையாடிக்கொண்டிருக்கின்றன ப்ரிய சகி

இதற்கு நாம் ஒன்றும் செய்ய முடியாதுதான்
இது நம்மால் நடப்பதும் இல்லைதான்
ஆனால்
யாரோ கொன்று உருவாக்கிய பாதையில்
யாரோ கொலைகளைச் செய்தபடி ஓட்டிச் செல்லும் ரயிலில்
குளிரூட்டப்பட்ட பெட்டிகளில்
புஷ்பேக் வசதிகொண்ட இருக்கையில்
கண்ணாடி ஜன்னல் வழித் தெரியும் காட்சிகளை
ரத்தம் போலவே வெதுவெதுப்பான தேநீரை அருந்தியபடி
நாம் மேற்கொள்ளும் நவீனயுகப் பயணங்களில்
புழுக்களின் மரண ஓலம் நம் காதில் விழுவதே இல்லை
கொக்குகளின் பாலே நடனம் மட்டுமே கண்ணில் தெரியும்.
பாலே நடனமாக மட்டுமே நம் கண்ணில் தெரியும்.

புல்வெளிகள்
வெண்கொக்குகள்
பாலத்தினடியில் பாயும் நதிகள்
சட்டென்று கடந்துவிடும் சிறு கிராமங்கள்
உதயம்
அஸ்தமனம்
பின் தொடர்ந்துவரும் நிலவு
குயிலின் கூவல் போன்ற சைரன் ஒலி

யாரோ போட்ட மரணப்பாதையில்
யாரோ ஓட்டும் மரண ரயிலில் நிகழும்
நம் நவீனயுகப் பயணங்கள்
எவ்வளவு இனிமையானவை...
எவ்வளவு பாதுகாப்பானவை...
எவ்வளவு துரிதமானவை இல்லையா?

ஒரு மரத்தை வெட்டுவதற்கு முன்
கானக உயிர்களின் காலில் விழுந்து
அனுமதி பெற்ற காலமும்
இங்கிருந்திருக்கிறது ப்ரியமானவர்களே.

உடலாலும் சிந்தையாலும்
ஒரேமாதிரியானவர்களாக இருந்த
நம் முன்னோர்களின் உன்னத காலம் அது.

*

90. குட்டை மீன்களும் நிலவும்

குட்டையில் பிரதிபலிக்கும் நிலாக்களைக்
கூடியும்
தனித்தும் கொத்தித் தீர்க்கின்றன மீன்கள்

எத்தனை முறை கொத்தியும்
எத்தனை வலுவுடன் கொத்தியும்
கலங்கும் குட்டையின
அழுக்கு நீர் மட்டுமே அதன் வாயில் புகுகின்றன

இருந்தும்
குட்டையில் இருக்கும் காலம் முழுவதும்
கொத்திக்கொண்டேயிருக்கின்றன அத்தனை நிலாக்களையும்

நீர் தெளியும்வரை பொறுக்கின்றன
மீண்டும்
கொத்த ஆரம்பிக்கின்றன.

தனித்து நிற்கும் சில மீன்கள்கூட
நீர்மட்டத்தில் மேல் பாய்ந்து
நிலவை எட்டி விழுங்கவே பார்க்கின்றன

குட்டையில் இருந்து பார்க்கும் மீன்களுக்குத்
துள்ளிப் பாயும் மீன்கள்
மெய்யாகவே நிலவைச் சென்று சேர்ந்ததாகவும்
தூண்டில் போட்டு இழுத்துக்கொண்டுவந்துவிட்டதாகவுமே
தென்படுகின்றன

அதிலும் நிறை பௌர்ணமியில்
நீர் மட்டத்துக்கு மேல் குதிக்கும் மீன்களின் செதில் முழுவதும்
நிலவின் பொன்னொளியில் மின்னுவதைப் பார்த்தபின்
நம்பாமல் இருக்க முடியுமா என்ன?

நீருக்குள் திரும்ப வந்து விழும் அந்த நிலா மீனை
சிஷ்ய மீன்கள் சுற்றி வளைத்துக் கொத்துகின்றன

அந்தப் பௌர்ணமி மீன்களும்
அவற்றுக்கு இன்னொரு மாமிசத்துண்டே

வெகு உயரத்தில்
மிக மிகத் தனியாக ஊரும் நிலா
இல்லாத கைகள்கொண்டு
மாரிலும் தலையிலும் அடித்துக்கொண்டு அழுகிறது.
நான் உங்களுக்கான மாமிசம் அல்ல...
நான் உங்களுக்கான மாமிசமே அல்ல...

குட்டை மீன்களால் புரிந்துகொள்ளப்படாத நிலவுக்குமே
நிம்மதி ஏது?

குட்டையில் செத்து மிதக்கும் ஒவ்வொரு மீனின்
கருவிழியில் விழும் நிலவும்
ஒவ்வொரு முறை சாகத்தான் செய்கிறது.

❋

91. ததாஸ்து

இந்தப் பிஞ்சு உடலுக்கு நான்
எந்த விறகுகளை
எடுத்து எடுத்து அடுக்க...

பால்மணம் மாறா இவனுடைய சுவாசம் சுமந்து செல்ல
அகில் தளிர்களை அடுக்கவோ

இதுபோல் ஓருயிரை
இனி எந்நாளும் பறிக்காவண்ணம்
பூமி முழுவதற்குமான பிணவாடை சுமந்து செல்ல
அரளிக்கட்டைகளை எரிக்கவோ

பாவமே செய்தறியாத பச்சிளம் பாலகனின்
மென்சதைகள்கொண்டு சேர்க்க
புனிதவேள்விக்கான அரசஞ்சுள்ளிகளை அடுக்கவோ

முள் குத்தாவண்ணம்
மென் தர்ப்பைப் பாய் மேல் கிடத்தவோ

பொக்கைவாய் மலர்ந்து
சிரிக்க மட்டுமே செய்த இதழ்களைப்
பசும் நெய் வார்த்துச் சுட்டெரிக்கவோ

என் இளமுலை மட்டுமே இறுகப்பற்றிய ஈறுகளை
அருகம்புல்கொண்டு எரிக்கவோ
கருவண்டு போல் மின்னிய களங்கமற்ற விழிகளை
எப்படி உனக்கு அனுப்பிவைக்க?

பொத்திப் பொதிந்து பஸ்மமாகாமல் அனுப்பினாலும்
உன் பொன்கிரீடத்தில் வைரக்கல்லாகத்தான்
பொருத்திக்கொள்வாய் அல்லவா அந்தகனே

பாவக்கணக்கு மட்டுமின்றி
புண்ணியக்கணக்கும் சேராது
அந்தி அகல் விளக்கில்
பற்றிய கணமே அணைந்த
பச்சிளம் சுடரா என் கண்மணி

ஐய்யோ...
விளக்கேற்றும் நேரத்தில்
வாய் தவறி நான் சொன்ன ஒற்றை அவச்சொல்லா
இன்னுயிரைப் பறித்தது

ஈற்றுப்பசி தீராது அலைந்த
ஈன சர்ப்பமா நான்

கண்பட்டி மாட்டியதுபோல் பழகிய பாதையில்
கண் துஞ்சியபடியே செல்லும் குதிரை முகங்கள்
அப்படியே ஆகட்டும் என்று சொல்லினவோ
அந்த அவச்சொல்லுக்கும்

அவர்தம் அமிர்த கலசத்தின்
அத்தனை சொட்டும் தீர்ந்துவிட்டனவோ

இந்த ஒற்றைச்சொல்
எல்லையற்று அலையடித்த
என் அன்பின் கடலையே நெய்யாக்கி
அதன்மீது நின்று எரிகிறதெனில்
இதோ என்னையே விறகாக்குகிறேன்

பிஞ்சு உடலை
என் நெருப்பு தீண்டாமல்
என் உடலால் போர்த்துகிறேன்

மறுகரையில் காத்து நிற்கும் ரிஷபக்கன்றிடம்
நானேகொண்டுவந்து சேர்க்கிறேன்
என தோளிலிட்டு என் பாலகனை

அவன் பால் அருந்தியபோது மூடுவேனே
அந்த என் மேலாடையையே
அவனது பிணப்போர்வையாகப் போர்த்தி

எந்தையே... அம்மையே...
என் சூரியன் என்றென்றைக்குமாக அஸ்தமித்துவிட்டது
இனி என் காலமெல்லாம் அந்தியே
என் மந்திரமெல்லாம் ஒன்றே

ஓ அஸ்வினி குமாரர்களே
இப்போது வந்து சொல்லுங்கள்
ததாஸ்து ததாஸ்து ததாஸ்து

*

92. தானாக ஆடத் தொடங்கிய ஊஞ்சல்

கால் தரை எட்டிய சிறுவன்
வேகமாக உந்தித் தள்ளியதில்
தள்ளக் காத்திருந்த அம்மாவைத் தள்ளிவிட்டு
முன்னே பாய்ந்தது ஊஞ்சல்

அவர் தள்ளாமலே ஆடத் தொடங்கிய
ஊஞ்சலின் முதல் ஊசல்

அடுத்தடுத்த உந்துகளில்
அலைபாயும் அவர் கைகளுக்கு எட்டாமலே ஆடுகிறது
அன்பு மகனின் ஊஞ்சல்

அருகமை ஊஞ்சலில் அமர்ந்திருக்கும்
ஆருயிர்த்தோழனின் கரம் பற்றிக்கொண்டு
சந்தோஷக் கூக்குரலிட்டபடி
உந்தி உந்தித் தள்ளுகிறான்
தன் சுதந்தர ஊஞ்சலை

இந்தச் சின்னஞ்சிறு ஊஞ்சலில் அவன்
ஏறப் பயந்து நடுங்கிய நாட்கள்
தாயின் நினைவில் ஊசலாடுகிறது

உலோகச் சங்கிலியின் கிறீச் சப்தம்
குட்டி மகனின் பயம் கலந்த குதூகலம்
முன்னும் பின்னும் கூடவே நடந்து சென்று
அம்மாவும் ஆடிய பால்யத்தின் ஊஞ்சல்

அவர் தள்ளிவிடாமலே ஆடத் தொடங்கிய நொடியில்
அவர் தள்ளிவிட்ட பழைய ஊஞ்சலில் இருந்தவர்கள்
எங்கோ இறங்கிப்போயிருந்தனர்

இப்போது மனதுக்குள் ஒரு ஊஞ்சல் தானாக ஆடுகிறது
மிக மிகத் தனியாக ஆடுகிறது

செவ்வந்தி வானப் பின்னணியில்
வெற்று ஊஞ்சல் ஆடும் சித்திரத்தை
நீங்கள் தயவு செய்து கற்பனை செய்துபார்க்க வேண்டாம்.

ஒவ்வொரு படியாகத் தாயின் கைகளைப் பற்றிக்கொண்டு
ஏறிய சறுக்குமரம்
ஏற்கெனவே ஒரு ஓரத்தில் அழுதுகொண்டிருந்தது

ஒவ்வொரு அடியாகத் தாயின் கைப்பற்றி நடந்த நடைபாதை
ஏற்கெனவே மறைந்துபோயிருந்தது

இறுதியாக
இந்தச் சிறு ஊஞ்சலும்
தாயின் கைகளில் இருந்து நழுவி
தானாக ஆடத் தொடங்கிவிட்டது.

சிறுவர்களின் சந்தோஷக் கூச்சல்
சுதந்தரப் பூங்காவைக் கலங்கடிக்கிறது

கல் பெஞ்சில் சென்று அமரும் தாயின்
மூடிய கண்களுக்குள்
மருளும் கண்களுடன்
அம்மாவைப் பிடித்தபடியே
அம்மாவுடன் ஆடிக்கொண்டேயிருக்கிறான்
செல்ல மகன்

இத்தனை விரைவாக முடிந்துவிடுமா ஒரு பால்யம்

ஒற்றை உந்துதலில்
இத்தனை தொலைவுக்குச் சென்றுவிடுமா ஒரு ஊஞ்சல்

ஆடும் குழந்தை இன்றியும்
ஆடவைக்கும் தாய் இன்றியும்
கனத்துத் தொங்கும் ஊஞ்சல்களின் முன்னே
இரவு முழுதும் கண்முழித்து காவல் காக்கும்
பூங்காவின் வாட்ச்மேன் ஊதும் விசில் சத்தம்கேட்டு
பால்யத்தின் பூங்காவிலிருந்து
என்றென்றைக்குமாக வெளியேற்றுகிறார்
தானாக ஆடத் தொடங்கும் மகனின் தாய்

*